யூசுப்-சுலைகா

காவியம்

D1680084

கவிஞர் திலகம்

சாரண பாஸ்கரனார்

யுனிவர்ஸல் பப்ளிஷர்ஸ்

2, வடக்கு உஸ்மான் சாலை, முதல் மாடி,
(கோடம்பாக்கம் மேம்பாலம் அருகில்)
தியாகராயர் நகர், சென்னை - 600 017.
✆ : 2834 3385
E-mail: universal_pub2002@yahoo.co.in

யூசுப்-சுலைகா காவியம்

கவிஞர் திலகம் சாரண பாஸ்கரனார்

பதிப்பு விவரம்
முதற் பதிப்பு டிசம்பர், 2017
உரிமை © ஆசிரியருக்கு
வெளியீடு
யுனிவர்ஸல் பப்ளிஷர்ஸ்
2, வடக்கு உஸ்மான் சாலை,
(கோடம்பாக்கம் மேம்பாலம் அருகில்)
முதல் மாடி, தியாகராயர் நகர்,
சென்னை - 600 017.
✆ : 044-2834 3385

ஒளி அச்சு : சு. அசோக்குமார், கும்பகோணம்.
அட்டை வடிவமைப்பு : ஓவியர் ஜானி, 99401 66842
அச்சு : அருணா எண்டர்பிரைசஸ், சென்னை-1.
பக்கங்கள் : 224 (⅛ டெமி)
விலை : ₹ **200/-**

ISBN: 978-81-936523-2-9

Title of the Book : **YUSUF-SULAIHA KAAVIYAM**
KAVIGNAR THILAGAM SARANA BASKARANAR
© Author
Language : **Tamil**
Edition : **First - December, 2017**
Publisher
Universal Publishers
2, North Usman Road,
(Near Kodambakkam Overbridge)
T. Nagar, Chennai - 600 017.
✆ : 044-2834 3385
Typeset : **S. Asokkumar,** Kumbakonam
Wraper design : **Artist Jani,** 99401 66842
Printer : Aruna Enterprises, Chennai-1.
No.of Pages : **224** (⅛ Demy)
Price : ₹ **200/-**

சமர்ப்பணம்

தென்னகம் தவழ்ந்த காவலர் ஆகிப்
பிறவியில் தன்னுயிர் படைத்து
மண்ணகம் வியக்கச் சிறப்புறும் ஜெமினியை
உருத்திணையைத் தேடும் [illegible]
என்னகம் புகுந்து இல்லறம் ஏந்து
இன்னுயிர் தன்னையும் ஈந்து
விண்ணகம் புகுந்த மனைவி பங்கஜத்தின்
நினைப்பினுக் கர்ப்பணிக் கின்றேன்!

கூத்தாநல்லூர்
5-5-1956

[illegible]

பதிப்புரை

எனது மாமா மறைந்த பன்னூல் ஆசிரியர் M.R.M. அப்துற்-றஹீம் அவர்களின் தூண்டுதலின் காரணமாக **'யூசுப் சுலைகா'** என்ற இந்தக் காப்பியத்தை கவிஞர் திலகம் சாரண பாஸ்கரனார் அவர்கள் இயற்றினார்கள். அந்தக் காப்பிய நூல் எனது மாமா M.R.M. அப்துற்-றஹீம் அவர்களின் யுனிவர்ஸல் பப்ளிஷர்ஸ் மூலம் 1.1.1957 அன்று வெளிவந்தது. அதன் இரண்டாம் பதிப்பையும் 1961இல் வெளியிட்டார்கள். அதன்பின் நீண்ட இடைவெளிக்குப் பிறகு 1976இல் மூன்றாம் பதிப்பை கவிஞர் சாரண பாஸ்கரனார் அவர்களே வெளியிட்டார்கள்.

தமிழகத்தில் 2000க்கும் மேற்பட்ட இஸ்லாமிய இலக்கியங்களை முஸ்லிம் தமிழ்ப் புலவர்களும் கவிஞர்களும் எழுதி வெளியிட்டுள்ளார்கள். ஆனால் அவற்றில் பத்துக்கும் குறைவான இலக்கிய நூல்களே தற்பொழுது மக்களிடம் கிடைக்கிறது. 'இஸ்லாமிய இலக்கியம்' என்றால் சீறாப் புராணமும், குணங்குடி மஸ்தான் சாஹிபு பாடல்களும்தான் என்ற நிலை அனைத்துக் கல்லூரிகளும் கருதி வருகின்றன.

பழம்பெரும் இஸ்லாமிய இலக்கியங்களை வெளிக் கொணர வேண்டும் என்ற எண்ணத்தை மறைந்த கவிக்கோ அப்துல் ரகுமான் அவர்களும், எனது மாமா மறைந்த M.R.M. அப்துற்-றஹீம் அவர்களும் என்னிடம் வெளிப்படுத்தி னார்கள்.

எந்தப் பதிப்பகமும் இஸ்லாமிய இலக்கியங்களை வெளியிடத் தயங்குகின்றன. இலக்கிய நூல்கள் விற்பனை யாகாது என்பதுதான் உண்மை.

பழைய இஸ்லாமிய இலக்கியங்களை மக்கள் மத்தியில் எடுத்துச்செல்ல வேண்டும். அந்த இலக்கியங்கள் மீண்டும் மறுபதிப்பு காண வேண்டும் என்ற பேரவாவின் காரணமாகப் பழைய இலக்கியங்களைத் தேடிப்பிடித்து வருடத்திற்கு இரண்டு புத்தகங்களையாவது வெளிக்கொண்டு வரவேண்டும் என்ற முயற்சியில் இறங்கியுள்ளேன். அதற்கு வல்ல இறைவனின் கருணையும் தங்களின் ஆதரவும் வேண்டும்.

அந்த வகையில் கவிஞர் திலகம் சாரண பாஸ்கரனார் இயற்றிய ‘யூசுப் சுலைகா’ காவியத்தைத் தற்பொழுது எங்களது யுனிவர்ஸல் பப்ளிஷர்ஸ் மூலம் வெளியிடுகிறோம். மேலும் பல பழைய இஸ்லாமிய இலக்கியங்களை இறைவன் நாடினால் வெளியிட இருக்கிறோம். தங்களது ஆதரவும் இன்ஷா அல்லா கிடைக்கும் என நம்புகிறேன்.

– எஸ். எஸ். ஷாஜஹான்
யுனிவர்ஸல் பப்ளிஷர்ஸ்

சென்னை
25.12.2017

மூன்றாம் பதிப்புக்கான

முன்னுரை

அருமை வாசகர்களே!

நீண்ட இடைவெளிக்குப்பின், உங்களோடு உறவாடவும், உரையாடவும் கூடிய வாய்ப்பினை மூன்றாம் பதிப்பாக வெளிவரும் இந்த யூசுப்-சுலைகா தொடங்கி வைக்கிறது. நீங்கள் என்னை மறந்தீர்களோ மறக்கவில்லையோ; நான் உங்களை மறக்கவில்லை. பின் ஏன் இந்த நீண்ட இடைவெளி?

தமிழ் என்னை மறந்ததா? அல்லது நான்தான் தமிழை மறந்துவிட்டேனா?

கவிதை என்னைக் கைவிட்டதா அல்லது நான்தான் கவிதையைக் கைவிட்டுவிட்டேனா?

இரண்டுமே இல்லை! பின் ஏன் இந்த இடைவெளி?

இது உங்களுக்கெல்லாம் புரியாதது போலவே எனக்கும் புரியவில்லை; ஏதோ புரிந்ததுபோலச் சமாதானம் கூறி நடிக்கவும் தெரியவில்லை.

இயற்கையிலேயே நான் சோம்பேறி; இந்தச் சோம்பேறித் தனத்தோடு, விரக்தியும் சேர்ந்து, என்னைச் சோர்ந்துகிடக்க வைத்துவிட்டது. வேகமாகச் சுழலுகின்ற கால ஓட்டத்தில் எத்தனை எத்தனையோ மாற்றங்கள். அந்த மாற்றங்களின் தேவைகளே மீண்டும் என்னை இயங்க வைத்திருக்கின்றன. எழுந்து உட்கார்ந்து கையூன்றிக் காலூன்றி நடக்கத் தொடங்கு கிறேன். எனக்கு ஊன்றுகோலாக நீங்களிருப்பீர்களென்ற என் நம்பிக்கையைக் காப்பாற்ற உங்களையும் இறைவனையும் பிரார்த்திக்கின்றேன்.

இந்த யூசுப்-சுலைகா என்மீது பேரன்பு கொண்ட நண்பர் M.R.M. அப்துற்-றஹீம் அவர்களின் தூண்டுதலின் காரணமாகவே

எழுதினேன். அவர்களது யுனிவர்ஸல் பப்ளிஷர்ஸ் இதன் முதல் இரண்டு பதிப்புக்களை வெளியிட்டது. இனி வரும் பதிப்புக்களை என்னையே வெளியிட்டுக் கொள்ளப் பணித்தார்கள். இப்படி 15 ஆண்டுகளுக்கு முன்பே அவர்கள் அனுமதியளித்தாலும், என்னால் வெளியிட முடியவில்லை. இப்போதுதான் வெளியிட முடிந்தது.

இப்படி வெளியிடுவதற்கு எனக்கு ஆக்கமும், ஊக்கமும் அளித்தவர்களில், நான் குறிப்பிட்டாக வேண்டியவர்கள் இருவர். ஒருவர் Av.M. ஜாபருத்தீன், மற்றவர் H.R. நூர் முஹம்மத் இந்த இருவரையும் உங்களுக்கு அறிமுகப்படுத்துவதன் நோக்கம், இந்தக் காப்பியத்தோடு, அவர்களையும் இணைத்துவிட வேண்டுமே என்ற நன்றியுணர்வுதான். இவர்களின் ஆக்கமும் ஊக்கமும் கிடைக்காது போனால் இப்போதும் இக்காப்பியத்தை என்னால் வெளியிட்டிருக்க முடியாது.

இதன் முதற்பதிப்பு 1957ல் வெளிவந்ததும், என்னை அதிகம் ஊக்குவித்தவர்கள் இலங்கை வாழ் மக்களும், இலங்கை அரசும் என்பதை இங்கு குறிப்பிடாமலிருக்கக் கூடாது. என்னை இலங்கைக்கே அழைத்துப் போற்றிப் பெருமைப் பட்டார்கள். இலங்கை வானொலி நிலையம், யூசுப் சுலைகா வரலாறு முழுமையும் என்னை வைத்தே ஒலிப்பதிவு செய்து, இன்றுவரை எத்தனையோ முறை உலகுக்கு ஒலிபரப்பி இருக்கிறது. இலங்கை அரசு இந்தக் காப்பியத்தை இலக்கியப் பாடமாக அங்கீகரித்ததன் காரணமாகவே, இதன் இரண்டாம் பதிப்பை வெளியிட முடிந்தது.

முதலிரண்டு பதிப்புக்களில் இடம் பெறாத சிறந்த அணிந்துரை யொன்றை, இந்தப்பதிப்பிலே நீங்கள் காணலாம். அதை என்மீது அன்புகூர்ந்து வழங்கிய சென்னை உயர் நீதிமன்ற நீதிபதி கனம் M.M. இஸ்மாயீல் அவர்களுக்கும், சிங்கைத் 'தமிழ்முரசு' இதழில் விமர்சனம் எழுதிய 'எசேயம்' அவர் களுக்கும் மற்றும் இதில் குறிப்பிடப்பட்டுள்ள அனைவருக்கும் எனது ஆழ்ந்த நன்றியை சமர்ப்பித்துக் கொள்கிறேன்.

— சாரண பாஸ்கரன்

சென்னை உயர் நீதிமன்ற நீதிபதி
கனம் **M.M. இஸ்மாயீல்** அவர்கள்
இந்த மூன்றாம் பதிப்பிற்காக வழங்கிய

அணிந்துரை

இந்தக் காப்பியம் காதற் காப்பியமே என்றாலும் இது ஒரு கற்பனைக் காப்பியம் அன்று. யூசுப்-சுலைகா என்ற இருவரையும் பற்றி. திருக்குர் ஆனும் கூறுகிறது. விவிலியமும் கூறுகிறது. இப்படிக் கூறப்படுவதன் காரணமாக, இது இறைவனே எடுத்துக்கூறும் சரித்திர நிகழ்ச்சியாக அமைந்து, மக்கள் அனைவர்க்கும் படிப்பினைகள் தரும் சரித்திரச் சான்றாகவே ஆகிவிடுகிறது.

இஸ்லாமிய வரலாற்றின்படி யூசுபும், அவரது தந்தை யாகூபும் நபியாவார்கள். யாகூப் அவர்களின் இளைய தாரமாகிய ராஹிலாவின் வயிற்றில் மகனாகப் பிறந்தவர் யூசுப். அழகே உருவெடுத்து வந்தது போன்ற தோற்றமுடைய ஆணழகர். அவரது அன்னை ராஹிலா சிறிது காலத்திலேயே இறந்து விடுகிறார். தமது ஏனைய புதல்வர்களை விடவும் யூசுபிடம் தனியன்பு கொள்ளுகிறார் யாகூப். இதனால் யாகூப் நபியின் மற்ற தாரத்தின் புதல்கள் யூசுபையே தந்தையிடமிருந்து பிரித்துவிடத் திட்டமிட்டு தந்திரமாகத் தங்களுடன் யூசுபை வனத்திற்கு அழைத்துச் சென்று, பாழடைந்த ஆழ்கிணற்றில் தள்ளிவிட்டு, யூசுபை ஓநாய் அடித்துத் தின்றுவிட்டதாகத் தந்தையிடம் பொய்யுரைக்கின்றனர்.

கிணற்றிலே தள்ளப்பட்ட யூசுப், அவ்வழியே சென்று கொண்டிருந்த வணிகர்களால் மீட்கப்படுகிறார். அவரது அழகைக் கண்டு அதிசயித்து நின்ற வணிகர்களால் யூசுபை என்ன செய்வதென்றே தெரியாமல், அவரையும் வியாபாரப் பொருளாக்கி, அக்கூட்டத்தின் தலைவரான மாலிக்கினிடமே விற்று விடுகின்றனர்.

மன்னர் தைமூஸின் திருமகள் சுலைகா, அழகுப் பெட்டகமாய் வளர்ந்து வருகிறாள். ஒரு நாள் அவள் ஒரு ஆணழகனைக் கனவிலே கண்டு அவனிடம் தன் உள்ளத்தைப் பறி கொடுத்து விடுகிறாள். அவள் சந்தித்தவனைக் கண்டுபிடித்து அவனிடம் சுலைகாவை ஒப்படைக்க சுயம்வரம் நடத்திப் பார்க்கின்றனர். இங்கேயும் தான் கனவிலே கண்ட ஆணழகனைக் காணாமல் ஏமாற்றமடைகிறாள் சுலைகா. அவளது உணர்வு கலங்குகிறது. இங்கே நம்மையும் கலங்க வைத்து விடுகிறார் கவிஞர்.

இரவுபகல் எந்நேரமும் தன்னுடனிருக்கும் தோழிகளாலும், அரசு நடத்தும் அமைச்சர்களாலும், படை நடத்தும் வீரத் தளபதிகளாலும் தன்னைச் சீராட்டி வளர்த்த அருமைத் தந்தையினாலும் தன் கனவுக் காதலனைக் கொண்டு வந்து தன்னுடன் சேர்க்க இயலாமையை எண்ணி எண்ணி ஏங்கிய சுலைகா, இறுதியாக இறைவனிடமே தன் துன்பத்தை முறையிடுகிறாள். இப்போது சுலைகா ஏமாறவில்லை; அந்த ஆணழகர் அவளைத் தேடி வருகிறார். வந்தவரை விடவில்லை சுலைகா. இறைவன் மீது ஆணையிட்டு, அவரது இருப்பிடம் பெயரை வினவுகிறாள்.

“செங்கடலின் மத்தியிலோ, கருங்கடலின்
 முனையினிலோ தீக்கொழுந்து
பொங்குகின்ற பாலையிலோ பனி உறையும்
 பாறையிலோ புலியும்-சிங்கம்
தங்குகின்ற காட்டினிலோ எங்கே நீர்
 இருக்கின்றீர்? சாற்று வீரேல்
அங்குடனே வந்திடுவேன் அது நரகே
 என்றாலும் அன்போ டேற்பேன்!”

என்கிறாள். செங்கடலின் பேரலைகள் முத்தமிட்டு மகிழுகின்ற மிசுரு நாட்டின் முதலமைச்சன் என்று தன்னை அறிமுகப்படுத்திக் கொள்கிறான் அந்த ஆணழகன். இத்தனையும் கனவில்தான். ஆனால் அவள் இந்தச் சந்திப்பை வெறும் கனவாக நினைக்க வில்லை. உண்மையான சந்திப்பாகக் கருதித் தன்னை மிசுரின் முதலமைச்சருக்குத் திருமணம் செய்விக்கும்படித் தந்தைக்குச் செய்தியனுப்புகிறாள்.

மிசுரு நாட்டின் முதலமைச்சரான அஜீஸுக்கு இத்தகவலை அனுப்பி. தன் அழகுத்திருமகளை மணந்துகொள்ள தன்னாட்டிற்கு வருமாறு அழைப்பு விடுக்கிறார் மன்னர் தைமூஸ். மன்னரின் விருப்பத்தை அஜீஸால் மறுக்க முடியவில்லை. மணப்பதற்குச் சம்மதந்தான். ஆனால் என் நாட்டிலிருக்கும் கடமையின் காரணமாக அங்கு வர முடியவில்லை என்றும், திருமணத்தை முடித்துப் பெண்ணை அனுப்பி வைத்தால் தான் ஏற்றுக் கொள்வதாகவும் அஜீஸ் கூறிவிடுகிறார். இதன்படியே சுலைகாவின் திருமணச் சடங்குகளைத் தன் நாட்டிலேயே முடித்து, மகளைக் கணவனின் நாட்டிற்கு அனுப்பி வைக்கிறார் தைமூஸ். ஆனால், தன்னை மணந்துகொண்ட மிசுரின் முதலமைச்சர் அஜீஸ். தனது கனவில் தோன்றிய ஆணழகரல்லர் என்பதை அறிந்து அதிர்ச்சியடைகிறாள் சுலைகா. அவளது ஏமாற்றத்தை அறிந்து அவளது உணர்ச்சியை மதித்து ஒதுங்கி வாழ்கிறார் அஜீஸ். தன் கனவுக் காதலனல்லாமல், காற்றும் தன்னைத் தீண்டக் கூடாதென்று வாழ்கிறாள் சுலைகா. அவள் விருப்பப்படியே வாழ்வதற்கான அத்தனை வசதிகளையும் செய்து தருகிறார் அமைச்சர் அஜீஸ்.

அழகர் யூசுபை கிணற்றிலிருந்து மீட்டு, அடிமை கொண்ட வணிகர், தம் பொருள்களை விற்கவும், புதிய பொருள்களை வாங்கவும் பல நாடு நகரங்களைக் கடந்து இறுதியில் மிசுருக்கே வருகின்றனர். அவரது அழகைக் காணுவதற்கு ஆண்களும் பெண்களும் அணியணியாகத் திரண்டுவந்து, காட்சிப் பொருளைக் காணுவதற்குக் கட்டணம் கொடுப்பது போல, யூசுபின் அழகைக் கண்டுகளிக்கக் கட்டணம் கொடுக்கின்றனர். அவரது அழகைக் காணுவதற்கே கூட்டங் கூட்டமாக வரும்

மக்களிடையே, அவரையே அடிமையாக விற்று அதிகப் பணம் பெற வணிகர் தலைவன் மாலிக் முயற்சி செய்கிறான்.

யூசுபின் அழகின் சிறப்பு நகரெங்கும் பரவி அஜீஸின் இல்லத்திற்கும் எட்டுகிறது. அவரை அடிமையாகப் பெறுவதையே பெருமையாக நினைத்த அமைச்சர் அஜீஸ், ஏலமிடப்பட்ட யூசுபைத் தன் அரண்மனைக்கே கொண்டுவரச் செய்கிறார். அவரது பேரழகைத் தோழிகள் மூலம் அறிந்த சுலைகா அவரைக் கண்டு, அவரேதான் கனவுக் காதலர் என்பதையறிந்து அவர் எடைக்கு இரட்டிப்புப் பொன் கொடுத்து யூசுபை அடிமையாகப் பெறுகிறாள் சுலைகா. தன் கனவுக் காதலன் தனது அரண்மனைக்கே வந்துவிட்ட பிறகு அவரையடையத் துடிக்கிறாள் சுலைகா.

அன்றிரவு அவர் அயர்ந்து தூங்குகிறார், அவளால் தூங்கவே முடியவில்லை. பின்னிரவு அவள் யூசுபை நெருங்கு கிறாள். அவளது அருமைத் தோழியும் அவளறியாமலேயே இருளிலே மறைந்து மறைந்து பின் தொடருகிறாள். இளவரசியின் எண்ணம் அந்தத் தோழிக்குப் புரிந்து விடுகிறது. பெண்மைக்கே பெருமை தரும் அவளது கற்பைப் பாதுகாக்கவே தோழி தொடர்ந்து கண்காணிக்கிறாள்.

"எலிபிடிக்கப் பதங்குகின்ற பூனை போன்று
இருளிடுக்கில் பதுங்கிநின்ற தோழி நெஞ்சில்
கிலிபிடிக்க இளவரசி கரம் பிடித்துக்
சீர்த்திமிகும் பெண்ணுடைமை யாகும் கற்பை
பலிகொடுக்கத் துணிந்த செயல் தடுத்து..."

நிற்கிறாள். 'அடிமையின் அழகிலே மனமே வைத்து அரசகுலப் பெருமைக்கே அழிவு' தேடவேண்டாமென்று தோழி எடுத்துக் கூறுகிறாள். 'அடியையெனக் கருதினையோ? கனவில் தோன்றி அடிமை கொண்ட என்னரசர் இவரேயாவார்.' என்பதைத் தோழிக்குத் தெரிவிக்கும் சுலைகா; அவரைத் தன்னிடம் அழைத்து வரும்படியும் பணிக்கிறாள். இந்த அழகரே இளவரசி யின் கனவுக்காதலனென்பதை அறிந்து மகிழ்ந்த தோழி, அவளது கற்பைக் காக்கும் கடமையில் தவற மறுக்கிறாள்.

ஒருநாள் யாருமே இல்லாத சமயத்தில் யூசுபை பலவந்தமாக அடைய முயற்சி செய்கிறாள் சுலைகா. இச்சமயத்தில் அங்கே அஜீஸ் வந்து விடுகிறார். தன்னை யூசுப் பலவந்தம் செய்ததாகக் குற்றம் சாட்டுகிறாள். ஆனால் உண்மையை அமைச்சர் அஜீஸ் உணருகிறார் என்றாலும், இதைக் காரணமாக வைத்து சுலைகாவையும் யூசுபையும் பிரித்து வைக்கத் திட்டமிட்டு யூசுபை சிறைப்படுத்துகிறார். அங்கேயும் தொடர்ந்து சென்று முயற்சி செய்கிறாள் சுலைகா. ஆனால் யூசுப் அவள் முயற்சிக்கு இணங்கவில்லை. 'சிறைப்பட்டு வாழ்ந் தாலும் வாழ்வேன், கறைப்பட்டோ குறைபட்டோ வாழ மாட்டேன்' என்று சத்தியத்தின் பால் உறுதியாக நின்று தவறிழைக்க மறுக்கிறார் யூசுப்.

மிசுரின் மன்னர் கண்ட ஒரு பயங்கரக் கனவுக்குப் பலன் கூறும் காரணத்தால், சிறையிலிருந்து விடுதலை பெற்ற யூசுப், சிறைப்படுவதற்கான எந்தக் குற்றமும் செய்யவில்லை என்பது நிரூபணமாகி அந்த நாட்டின் உணவு அமைச்சராகவும், முதலமைச்சர் அஜீஸின் மரணத்திற்குப்பின், முதலமைச்சராயும் ஆகிறார். அஜீஸின் மரணத்தால் விதவையாகிவிட்ட சுலைகாவை யூசுபுக்கே மணமுடித்து வைக்கிறார் மன்னர். இதுதான் யூசுப்-சுலைகாவின் கதையாகும்.

இதனை இனியதொரு தமிழ்க் காப்பியமாக ஆக்கித் தந்திருக்கிறார் கவிஞர் திலகம் சாரணபாஸ்கரனார் அவர் நாடறிந்த நல்ல கவிஞராவார். அவரது இந்தக் காப்பியம் முழுவதிலும் அவரது கவித்திறன் ஒளிவிட்டுப் பிரகாசிக்கிறது. ஆண்டிருக்கும் சொற்கள் மிக எளியவை. நடை மிகத் தெளிவாக, சரளமாக, ஆற்றொழுக்குபோல் அமைந்திருக்கிறது. எந்த ஒரு சொல்லின் பொருளையும் தெரிந்து கொள்ள அகராதியைப் புரட்டத் தேவையே இல்லை. அத்தகைய எளிய சொற்களால், மிக ஆழ்ந்த உணர்ச்சிகளையும் மிகத் தெளிவாய்ச் சித்திரித்துக் காட்டிவிடுகிறார் கவிஞர்.

கவிஞர் மேற்கொண்ட இந்தப்பணி, மிகவும் கடினமானது. திருமறை கூறும் இக்கதையின் நிகழ்ச்சிகளுக்கு காப்பியவடிவம்

கொடுத்தாக வேண்டும். இது ஒரு கூரிய கத்தியின் மேல் நடப்பது போன்றது. இந்தச் சாதனையை கவிஞர் மிக வெற்றிகரமாய்ச் செய்து முடித்திருக்கிறார். பாத்திரங்களின் பண்புகளையும், அவர்களிடையே நடைபெறும் உரையாடல்களையும், உணர்ச்சிகளையும் வெளிப்படுத்துவதில் கவிஞர் தம் திறமை முழுவதையும் காட்டியிருக்கிறார். அதேசமயத்தில் யூசுப் ஒரு நபி என்பதையும், சுலைகா அந்த நபிக்கு மனைவியாகப் போகிறவளென்பதையும் கவிஞர் மறந்து விடவில்லை.

இந்தக் காப்பியத்தினூடே கவிஞர் பல அரும்பெருங் கருத்துக்களையும் வெளிப்படுத்துகின்றார். யூசுப் சிறுவனாக இருக்கும் போது இறைவனின் தன்மையை

சூழும் இருளும் விரைந்தோடும்
சூரியன் மீண்டும் ஒளி காட்டும்
வாழும் உயிர்கள் அத்தனையும்
வாய்ப்புக் கேற்ப வாழ்ந்திடவே
தாழ்வும் வாழ்வும் சமமாக்கித்
தந்தான் இறைவன்...”

என்று பாடுகிறார் கவிஞர். ஒருவர் ஆழ்ந்த துயரத்திலிருக்கும் போது அவருக்குப் பொழுது நீண்டு கொண்டே இருப்பதாகவும், அது மெள்ளமெள்ள நகர்ந்துகொண்டே போலதாயும் தோன்றுவது மனித அனுபவம். இந்த அனுபவத்திற்கு ஒரு உருவகம் கொடுத்து, இரவு முழுவதும் சுலைகா துயரிலே துவண்டு கொண்டிருப்பதைச் சொல்லும்போது

‘சோர்ந்து கிடக்கும் சுலைகாவின்
துயரம் காணச் சகியாமல்
ஊர்ந்து சென்றனள் இரவுத்தாய்’

என்று சுட்டிக் காட்டுகிறார் கவிஞர். சுலைகா தன் கனவிலே தோன்றிய ஆணழகருடன் பேசுகின்ற பேச்சையும், தன் உணர்ச்சிகளை அவள் வெளிப்படுத்துவதையும் கவிஞர் பல அருமையான பாடல்களின் மூலம் வடித்துத் தருகிறார்.

'பெண்ணுக்குப் பிழை செய்த பெரும் பாவம்
தனை எண்ணிப் பேச்ச டைத்துக்
கண்ணுக்கு விருந்தாக நிற்கின்ற
தெதற்காக...?'

என்றும்

என்றைக்கு நின் விழியில் பட்டேனோ
அன்றைக்கே எனையழித்துச்
சென்றிட்ட நீ எதற்கே இன்றைக்கு
என்னில்லம் திரும்ப வேண்டும்?'

என்றும் ஆத்திரத்தோடும் ஆவேசத்தோடும் கேட்கும் சுலைகா, தான் எப்படி இருந்தவள் எப்படியாகி விட்டேன் என்பதையும் விளக்கிக் கூறுகையில்

"மணங்கவரும் ரோஜாவாய் மணந்த எனை
ஏக்கத்தால் மஞ்சள் பூத்தப்
பிணமாக்கிப் பூவரசம் பூவாக்கும்
ஆசைநோய் பிடிக்கச் செய்து
குணமாக்கும் அருமருந்தும் கொண்டோடி
மறைந்திட்ட கூற்றுவா!..."

என்றழைக்கிறார்.

ஒரு பெண் எத்துணை அழகுடையவளாயினும்-என்னதான் அந்தஸ்துடையவளாயினும் ஒரு ஆணின் கைப்பிடிக்கும் போதுதான் அவள் பெருமை சிறக்கும் என்பதை

"பிறந்திடும் கொடியி லிருந்திடும் மலர்கள்
பெருமையே பெற்றிடா துதிரும்
பிறந்திடும் மனையி லிருந்திடும் பெண்ணும்
பிறவியின் பெருமையை இழப்பாள்
பிறப்பிட மன்றி புகுமிடம் சிறப்புப்
பெற்றிடும் மலர்களே பெண்கள்!..."

என்று

எவ்வளவு அழகாக எடுத்துக் காட்டி விடுகிறார் கவிஞர்.

வாதத் திறமையினால் தம் கட்சியை நிலை நிறுத்த முயலும் தேர்ந்த வழக்கறிஞர்களைப் போல யூசுபும்-சுலைகாவும் வாதிடும் பாடல்களைத் திரும்பத் திரும்பப் படிக்க வேண்டிய அளவிற்குச் சுவையாகவும் சிறப்பாகவும் எழுதி இருக்கிறார் கவிஞர்.

"என்னிதயச் சோலையினில் தாம்விதைத்த
 காதல்விதைக் கேற்ற வண்ணம்
என்னுணர்வுக் குருதியினைத் தண்ணீராய்ப்
 பாய்ச்சிவளர்த் தின்ப முற்றேன்;
உன்னுடைய காதல்விதை உயர்கனிகள்
 தருமரமாய் ஓங்கி, என்றன்
மென்னுடலில் நரம்பாக வேரோடி
 விட்ட பின்னே வெட்டப் போமோ?"

என்று வினவுகிறாள் சுலைகா.

'வாய்மையெனும் மாளிகையின் மதிலுடைக்கப்
 பெருமரமே வளரக் கண்டால்,
தூய்மையெனும் கோடரியால் பிளந்தெறிவர்
 மாளிகையின் சொந்தக் காரர்!
தாய்மையெனும் அரும்பதவி தாங்குகின்ற
 பெண்குலமே தவறு மாயின்,
மாய்ந்தொழியும் மனிதநெறி அதற்குதவும்
 ஆடவரும் மிருக மாவார்!'

என்று மிக அழுத்தமாகவும், ஆணித்தரமாகவும், கம்பீரமாகவும் யூசுப் பதில் கூறுவதாகப் பாடுகிறார் கவிஞர்.

நேர்மை நின்று தவறாத யூசுப், நபி என்ற முறையில் அவர் உருவாக்க நினைத்த சமுதாயம் எத்தகையது என்பதையும் கவிஞர் ஆங்காங்கே சுட்டிக் காட்டுகிறார்.

'தனியொருவர் தவறிழைப்பின் அவர்குலத்தை,
 சந்ததியைச் சார்ந்தவரைச் சமுதாயத்தின்
 தனிப்பெருமை அனைத்தையுமே தகர்ப்பதே போல்...

என்பது எத்தகைய நடைமுறை உண்மை! இத்தகைய கருத்துச் செறிவும், கவிதை நயமும் காப்பியம் முழுவதும் மண்டிக்

கிடக்கின்றன. சொல்லின் எளிமையும், நடையின் சரளமும், உணர்ச்சியின் ஆழமும், கதையின் சுவையும் நூலைக் கையில் எடுத்தவரை அதை முடிக்காமல் கீழே வைக்க அனுமதிக்க மாட்டா. இத்தகைய சிறந்த காப்பியம் 1957ஆம் ஆண்டில் முதன்முறையாக வெளிவந்த பிறகு அதன் மூன்றாம் பதிப்பு வெளியாவதற்கு இருபது ஆண்டுகள் செல்ல வேண்டியிருந்தது என்பது ஆச்சரியத்தையும் வருத்தத்தையும் கொடுப்பதாகும்.

யூசுப்-சுலைகா என்ற பெயரைப் பார்த்து விட்டு ஏதோ இது முஸ்லிம்களுக்கு மாத்திரம் சம்பந்தப்பட்டது என யாரும் எண்ணிவிடக் கூடாது.

இது மொழியால் தமிழ்க் காப்பியம்;
உணர்ச்சியினால் காதற் காப்பியம்;
பண்பினால் மனிதக் காப்பியம்;
போதிக்கும் அறத்தினால் அமர காவியம்.

இத்தகைய காப்பியத்தை ஆக்கித்தந்த கவிஞர் திலகம் சாரணபாஸ்கரனாருக்கு என் பாராட்டுகளைத் தெரிவித்துக் கொள்வதோடு, சிறப்புமிகு இத்தகைய காப்பியங்கள் இன்னும் பல செய்வதற்கான எல்லா நலன்களையும் அவருக்குத் தந்தருளுமாறு இறைவனைப் பிராத்திக்கின்றேன்.

— மு.மு. இஸ்மாயீல்

மயிலாப்பூர்
சென்னை

27.3.1976

சிங்கப்பூர் 'தமிழ் முரசு' தினசரி

(29.7.1962) இதழில்
வெளியிட்ட விமர்சனச் சுருக்கம்

"**கா**தலுக்கு இலக்கணம் வகுத்து எல்லைகளாக நிற்கும் ரோமியோ-ஜுலியட், லைலா-மஜ்னூன் போன்றவை கவிஞர்களின் உள்ளங்களில் ஊற்றெடுத்த கற்பனையின் வடிவங்களாகும். ஆனால் யூசுப்-ஜுலைகா என்னும் உணர்வு மிக்க இக்காவியம் வரலாற்றுச் சான்றுள்ள வனப்பான காப்பியம்.

உலகறிந்த இவ்வரலாற்றை உரைநடைப் படுத்தாது, எளிய முறையில் சிக்கடி முக்கடியின்றித் தமிழறிந்தோர் யாவரும் பயின்று சுவைக்கும் வண்ணம் கவிதை நடையில் தமிழ் அன்னைக்கு அளித்த பெருமை கவிஞர் சாரண பாஸ்கரனுக்குப் போய்ச் சேருகிறது.

இலக்கணம் வழாமை, இன்ப முறுத்தல், திறம்பட மொழிதல், உள்ளது கூறல், ஒழுக்கம் விதித்தல், உலகியல் காட்டல், அறிவை வளர்த்தல், நடுநிலை நோக்கு, இயற்கை எழிலில் ஈடுபடுத்தல், விழுமியது விளம்பல், அளவறிந் துரைத்தல், தூய்மை பேணுதல் ஆகிய பன்னிரு இயல்புகளைக் கொண்டுள்ள இவ்விலக்கியச் சிறப்பு நூலை விரும்பிச் சுவைத்த போது-

ஆழ்கடலில் மூழ்கி எடுத்த சிப்பிகள் அனைத்திலும் நன்முத்துக்களே இருக்கக் கண்டு அகமகிழ்வான் போல, படித்து

முடித்த எல்லாக் கவிதைகளும் கற்கண்டாக இனிக்கக் கண்டு உளம் மகிழ்ந்தேன். வளைந்து கொடுக்கும் தமிழில், கருத்துக்கள் கலைந்து விடாதபடி, பிசிறற்ற இழை போல தங்கு தடையின்றி தளராத் தண்டமிழ்த் தன்மையையும், ஒடுங்கா ஒண்டமிழ் ஓசையையும் தன்னிருகரங்களாய்க் கொண்டு இவ்விலக்கியத் தேரை இட்டுச் செல்லும் காப்பியக் காட்சிகளைக் காண வேண்டுமே!

நெடுந்தமிழ் நிலைத்திருக்கும்வரை-நெஞ்சமென ஒன்றிருக்கும்வரை மக்களிடம் மங்காது உலவ இருக்கும் இக்காவியத்தைப் படிக்குந்தோறும், பாரதியும், கம்பரும் இளங்கோவடிகளும், வள்ளுவரும் மாறிமாறிக் காட்சியளிக் கின்றனர். நுண்ணறிவுத் தன்மையையே மறக்கடித்து, கவிதை நுகரும் சுவைஞர்களும் கதை உறுப்பினருடன் ஈடுபட வைக்கும் ஐம்பெருங் காப்பியக் கர்த்தர்களைப் போன்றே, கவிஞர் பாஸ்கரனாரும் கதைக்குரியவர்களை படிப்பவரூடே உறவாட விட்டிருப்பது தனிச்சிறப்பளிக்கிறது. நனிசிறந்து விளங்குகிறது.

பெண்ணை அறிவின்வடிவமென்றும், ஆணை உணர்ச்சி யின் வடிவமென்றும் உணர்த்திக் காட்டும் பிற புலவர்க்கு, பெண்ணை உணர்ச்சியின் வடிவமாயும், ஆணை அறிவின் வடிவமாயும் முறையே சுலைகாவையும் யூசுபையும் வைத்தே உணர்த்திக் காட்டும் கவிஞர், 'காதலுக்கு வயதில்லை' என்கிறார்.

'அரும்பா மலரைக் கொய்யக் கூடாது,
விரும்பாம் பெண்ணை நெருங்கக் கூடாதென்கிறார்.
'மனமற்ற ஆண் பெண்கள்
மணம் பெற்றால் பிணம் போன்று வாழ நேரும்' என்கிறார்.
'இருவரும் இணைந்தால் சொர்க்கம்
இல்லையேல் நரகம்' என்று எச்சரிக்கிறார்.
'பெண்மையின் துன்பம் உணர்ந்திடா ஆணைப்
பெருமைக்கா படைத்தனன் இறைவன்' என்று கேட்கிறார்.
'பெண்மைக்கு விலை வைப் போரும்
பெருமைக்குப் பொருள் ஈவோரும்

அன்புக்கு விலை கேட்போரும்
அறிவுக்கு விலை வைப்போரும்
பண்புக்கு விலை சொல்வோரும் மிகுந்துள்ள உலகமிது'

என்று அறிவுரைக்கிறார்.

'உழைத்திடத் தயங்குவோர் உண்பது,
இறைவனுக்கு இழைத்திடும் அநீதி' என்றும்

'மற்றவர் உழைப்பினில் வாழ்ந்திட முயலும்
கொள்ளையர்கள் கள்வரை விடவும்
கடையர்' எனவும் இழித்துரைக்கிறார்.
'கற்றதனால் வெற்றிபெற இயலாத உடலுணர்வை
கடவுளச்சம் பற்றியதால்
முற்றுமதை வெற்றிபெற இயலுமென'

உறுதிகூறி இறை நம்பிக்கையூட்டுகிறார்.

இப்படிப் பல கருத்துக் கருவூலங்களை உவமைச் சுவையோடும் நகைச்சுவையோடும் கவிதையில் நெளிந்தோட வைத்து ஒவ்வொரு பாடலிலும் அறிவுச் சுடரைக் கொளுத்தி நம்மை மகிழ்வூட்டிச் செல்லுகிறார் கவிஞர் சாரண பாஸ்கரனார்.

பண்பு நிறைந்திருக்கும் இப்புத்தகத்தில், முதற் வாசிப்பின்போது பெறாத படிப்பினைகள் பலவற்றை இரண்டாவது வாசிப்பில் பெற்றேன். என் உள்ளத்தில் ஏனைய நூல்களால் பெற முடியாததோர் இடத்தை இப்புத்தகம் பிடித்துவிட்டதில் வியப்பொன்றுமில்லை"

என்று, தன்னைக் கவர்ந்த புத்தகம் குறித்து சிங்கப்பூர் 'எசேயம்' எழுதியுள்ளார்.

அண்ணாமலைப்பல்கலைக் கழகத்
தமிழ்க் கலைத்துறைத் தலைவர்

டாக்டர் **அ.சிதம்பர நாதஞ் செட்டியார்,** எம்.ஏ. பி.எச்.டி.

அன்புடன் அளித்த

அணிந்துரை

கவிஞர் சாரணபாஸ்கரனார் தமிழ் மக்களுக்கு முன்னரே அறிமுகமானவர். அவருடைய "சாபத்தாலும்" "இதயக் குமுறலாலும்" மக்கள் அவரை நன்கு அறிந்துனர். இவ்விரு நூல்களாலும், அவருடைய புகைப்படத்தாலும் அவரைச் சீற்றம் உடைய ஒருவர் என்றும், வெகுளிச் சுவையைப் படம் பிடிப்பதில் வல்லுநர் என்றும் நினைத்தவருள் நானும் ஒருவன்.

அவரை நேரிற் கண்டால் எவ்வாறு அவ்வெண்ணத்தை மாற்றிக் கொள்ளுகிறோமோ அவ்வாறே "யூசுப் சுலைகா" வைப் படித்தவுடனும் மாற்றிக்கொள்வோம் என்பதில் ஐயம் இல்லை. அக்கவிஞர் இப்பொழுது வெளியிடும் "யூசுப்-சுலைகா" என்ற காப்பியத்தில் உவகைச்சுவையும் நகைச்சுவையும் நிரம்பி யிருக்கக் காண்கிறேன். கனாவிற் கண்ட காதலனை அடைய முற்பட்ட சுலைகாவின் பல நிலைகள் இந்நூலில் மிக்க நயத்தோடு காட்டப்பட்டுள்ளன.

கவிஞர் எடுத்தாண்டுள்ள உவமைகள் மிக்க இனிமை பயப்பன. காட்டாகச் சிலவற்றைக் குறிப்பிடலாம். யாக்கூபின் பேச்சும் மூச்சும் புதல்வன் யூசுபினைப் பற்றியனவாக இருப்ப தற்குத் தரப்பட்ட உவமை, "இறையைப் பணியும் நேரத்தே

எண்ணம், பார்வை, செய்கையினை ஒருமைப் படுத்தும் முறை" என்பது. காதலன் காரணமாகக் கவல்கின்ற சுலைகாவின் தந்தை, "பொறுமையோடு ஆய்ந்திடுவாய்" எனப் புகல, அவள் "வறுமை கொண்டு உடற் பசியால் வருந்திடுவோர் தம்மை வார்த்தையினால் தம்பசியைத் தீர்த்திடச் சொல்லாதீர்" எனக் கூறியதாக அமைந்த நயம் நோக்கத்தக்கது. அவள் கனாவில் கண்ட காதலனைக் காணாது ஏங்கித் தவித்து, எதிரே வரும் தந்தையைக்கூட இன்னார் எனத் தெரிந்துகொள்ள மாட்டாதபடித் தடுமாறுகின்ற நிலையைக் கண்டு தந்தையாகிய அரசன் அவள் காலுக்குப் பொன் விலங்கு பூட்ட, அவனை நோக்கி அவள் கூறிய உரையின் அழகினைக் காண்டல் வேண்டும். அவள் மனத்தைக் கொள்ளை கொண்ட காதல்னைக் கொண்டுவந்து கூட்டுவிக்க முடியவில்லை என்றால், அக்கள்வனை விட்டுவிட்டு உளத்தை இழந்து வாடும் தன்னைப் பூட்டலாமா எனக் கேட்கின்றவள் கூறுவதைப் படித்தலில் இன்பம் இருத்தலால்தான் இத்தகைய பாடல்களைக் கவிகள் என்கிறோம்.

"கொள்ளையடித் திட்டவனைக் கொண்டுவந்து காலில்
கொடுவிலங்கைப் பூட்டுதற்கு முடியவில்லை என்றால்
கொள்ளைகொடுத் திட்டவளைக் குற்றவாளி போன்று
கொடியகைதி ஆக்குமுங்கள் நீதியென்ன நீதி?"

என்பன போன்றவற்றைப் படித்துப் பாருங்கள்.

பாரசீகம், உருது, ஆங்கிலம் ஆகிய மொழிகளில் உள்ள இக்காவியம் அங்கு பெறாததோர் அழகினை; இங்கு பெறுவதைக் காண்பீர்கள். படித்துப் பாருங்கள்.

— அ. சிதம்பர நாதன்

அண்ணாமலை நகர்
6.1.1957

கீழக்கரை

ஸதக் (க்) க(த்)துன், ஜாரியா, மத்ரஸா அல் மத் ரஸதுல், ஜாமிஆ முதலிய கல்வி நிலையங்களின் ஸ்தாபகர், சென்னை தர்பியத்துல் அத்பால் தர்ம சங்கத்தின் ட்ரஸ்டி, மதுரைத் தமிழ்ச்சங்க நிர்வாக சபை வித்வான், அல்ஹஜ்ஜுல் ஹறமைன், ஹாபிலுல் குர்ஆன்-

மௌலவி சய்யிதுமுகம்மது ஆலிம் புலவர்

அவர்கள் அருளிய

சாற்றுக் கவி

(கட்டளைக் கலிப்பா)

உலகம் யாவையு மொன்றெனத் தோன்றிடா
தொளிரு மாறரு ளோர்தனி மாமுதல்
அலகில் சீரமை ஆரண மீதழ
கான மாக்கதை யார்நபி யூசுபு
நலவு சால்சுலை காமண மீற்றுற
நற்ற மிழ்த்தொடர் பான்மிக நல்கினன்
இலக நுண்பொருள் சாரண பாஸ்கர
இளவல் அஹ்மது கூத்தநல் லூரனே.

வேத மெய்ப்பொருள் வேறு படாமலே
விளங்கச் செந்தமிழ் செய்யுட்கி சைந்தவா
றோத மோனைதொ டையடி யாவுமே
ஒருங்க மைத்துள முள்ளக்கு னித்திடும்

காத லின்பங்க னிந்தும லர்ந்ததாய்க்
    கவின வோர்தலைக் கைக்கிளை யாகவே
மாத வர்மனை வாழ்வினர்க் கின்பமாய்
    வாய்த்த தேயிதின் மாண்பொருள் வாய்மையே!

அன்ப தேயுரு வாகிய வித்திரு
    ஆக மந்தனை ஆக்கிடச் செந்தமிழ்
நன்கொ டைபல தந்தச்சி யற்றினன்
    நயந்த செந்தமி ழாங்கிலந் தேர்ந்தவை
மன்னு நாற்பயன் மல்கிய நூல்பல
    வளர்ப்ப தேஜன்ம லட்சிய மாக்கினோன்
என்பி னூடிறை நாமங்க லந்தருள்
    இலங்கு மப்துர்ர ஹீம்பலர்க் கின்பனே.

தொண்டி வாழிவர் தூய்மையு வாய்மையும்
    தொகுக்க வேமுடி யாவிறை சந்நிதி
அண்டி யங்க மகிழ்வு மனைத்துமே
    ஆதி தன்பிர சன்னமென் றோர்தலும்
கண்ட பேர்களி கூர்ந்தினி தேற்றலும்
    கனவி னிற்றிருக் காட்சியில் மூழ்கலும்
விண்டி டற்கரி தாமிவர் மேதகை
    மேலும் மேலவன் மேலிட வாழ்கவே!

அண்ணாமலைப் பல்கலைக் கழகத்
தமிழ் ஆராய்ச்சித் துறைத் தலைவர்

பேராசிரியர் **ஜி. சுப்பிரமணியம் பிள்ளை,** எம்.ஏ.பி.எல்.

அவர்கள் அன்புடனளித்த

சிறப்புரை

அமிழ்தூறும் தீங்கவி பாடும் கவிஞர் சாரண பாஸ்கரனாரைத் தமிழ்கூறும் நல்லுலகம் நன்கறியும். இன்று அவர்கள் தமிழ் அன்னைக்கு 'யூசுப்-சுலைகா' என்னும் புதியதோர் பொற்கலனைக் காணிக்கை செலுத்துகின்றார்கள். இது ஒரு சிறந்த காவியச் சித்திரம். காதற் களஞ்சியம்; மனித உள்ளத்தின் பல்வேறு உணர்ச்சிகளை, ஆடியில் நிழல்போல் அஞ்சாமல் எடுத்துக் காட்டவல்ல சிறந்த இலக்கியக் கருவலமாய்க் காட்சியளிக்கிறது இந்நூல். இதில் பாரதியாரின் கவி வெறியைப் பார்க்கிறோம், கம்பனின் கற்பனைத் திறனைக்காண்கிறோம்; இளங்கோவடிகளின் இனிமையை ஏற்கிறோம்; அறநெறிக் குறளின் அழகை அறிகிறோம்; இவற்றினும் மேலாக சாரண பாஸ்கரனாரின் சந்தப்பா நலங்களையும் சந்திக்கிறோம்.

மன்னன் தைமூஸின் மகளான சுலைகா ஒரு பேரழகி. கன்னி சுலைகா கட்டழகர் ஒருவரைக் கனவிற் கண்டு காதல் கொள்கிறாள். காதல் கரை புரண்டோடுகிறது. கனவிற் கண்டவரை எப்படி அடைய முடியும்? கருத்தழிகிறாள்! தந்தை சுயம்வரம் நடத்திப் பார்க்கிறான். அதிலும் காதலனைக் காண முடியவில்லை. மகளைச் சிறையிட்டுத் - தளையிட்டு வைக்க

வேண்டிய நிலை ஏற்படுகிறது. பின்னர் தைமூஸ் எகிப்தின் முதலமைச்சர் அஜீஸ் என்பவருக்கு மணம் முடித்து, அஜீஸ் இருக்கும் இடத்திற்குச் சுலைகாவை அனுப்பிவைக்கிறான். தன் காதலனை யடையப்போவதாக நினைத்து மகிழ்வுடன் செல்கிறாள் சுலைகா. ஆனால் அஜீஸ் தன் காதலன் அல்லன் என்பதை உணர்ந்ததும் கலங்கிக் கதறுகிறாள். அவளுடைய கணவனாகிவிட்ட அஜீஸ் அவள் கற்புக்கு யாதொரு களங்கமும் வராமல், அவள் மனம் கோணாமல், சீறாமல், சினவாமல் நடந்துகொள்வது நம்மையெல்லாம் வியக்கச் செய்கிறது.

காலவசத்தால் அடிமையாகிவிட்ட யூசுப் என்னும் எழில் மிக்க இளைஞர் ஒருவரை, அவர் நிறைக்கு இரட்டிப்புப்பொன் கொடுத்து அஜீஸ் விலைக்கு வாங்குகிறார். யூசுபைக் கண்டதும் சுலைகா தன் கனவுக் காதலன் அவர்தாம் என்பதை உணர்கிறாள். உடனே அவரை அடைய முயல்கிறாள். அவ்விதம் செய்தால் அவள் கற்புக்குப் பழுது ஏற்படும் என்று அவளுடைய உத்தமத் தோழி எத்தனையோ வகைகளில் அவளிடம் மன்றாடிப் பார்க்கிறாள். சுலைகாவினால் தன் உணர்ச்சிகளைக் கட்டுப்படுத்த முடியவில்லை. யூசுப் பிறன் மனைவியான சுலைகாவைப் பார்க்கவும்-தீண்டவும் மறுக்கிறார். அஜீஸ் தம் மனைவியின் முறைகேடான செயலைக் கண்டு மனமுடைகிறார். ஆனால் மனைவிக்கு எதிராக ஒன்றும் செய்ய எண்ணவில்லை. சுலைகா யூசுபின்மேல் வீண்பழியைச் சுமத்தி அவரைச் சிறையிலிடச் செய்கிறாள். அவளுடைய பழிச்செயல் அம்பலமாகியது; அரசன் வரையிலும் எட்டுகிறது. அஜீஸ் மானக்கோட்டைத் தாங்க முடியாது உயிர் துறக்கிறார். அவருடைய பெருந்தகைமையைக் கவிஞர் மிக அழகாகச் சித்திரித்துக்காட்டும் திறம் நம் மனத்தைக் கொள்ளை கொள்கின்றது; உள்ளத்தை உருக்குகிறது.

யூசுப் தம் அறிவொழுக்க மேன்மைகளினால் முதலமைச்சர் ஆகிறார். விதவை சுலைகா யூசுபின் காலடியில் விழுந்து கெஞ்சுகிறாள். அப்பொழுதும் யூசுப் அவளுடைய நாணற்ற நிலைக்கு நாணி மறுக்கிறார். பின் அரசனே தலையிட்டு

வேண்டவும். இறைவனுடைய திருவருள் என்று கண்டு, சுலைகாவை மறுக்காது ஏற்று மணந்துகொள்கிறார். இன்னும் எத்தனை எத்தனையோ அற்புத நிகழ்ச்சிகளை இந்நூலைப் படித்துத்தான் இன்புற வேண்டும்.

கதையின் ஒவ்வொரு பகுதியிலும், ஒவ்வொரு பாடலிலும் கவிஞர் அறிவுச் சுடரைக் கொளுத்தி நம்மை மகிழ்வூட்டிச் செல்கிறார். எளிய தமிழிலே தட்டின்றி முட்டின்றி இனிமையாகப் பாடியிருக்கிறார். அகராதி இல்லாமலே அனைத்தையும் படித்து யாவரும் புரிந்துகொள்ளலாம். படிக்கப் படிக்கத் தெவிட்டாத விருந்தாய் இருக்கிறது. தமிழ் படித்த ஒவ்வொருவரும் இந்நூலைப் படித்துப் பெரும் பயன் எய்தலாம்-எய்த வேண்டும். ஆசிரியர் இதுபோல் இன்னும் பல நூல்களை நமக்கு அளிப்பாராக.

— ஜி.சுப்பிரமணியம்

கூத்தாநல்லூர் கத்தீப்

ஆ.மு. அம்ஜத் இபுராஹிம் சாகிப் அவர்கள் அளித்த

மதிப்புரை

நம் யூசுப் (அலை) அவர்கள் மனிதர்களில் மிக்க அழகுடையவர்கள். அவர்களின் சரித்திரமே (ஏனைய) சரித்திரங்களில் அழகுடைய தென்று இறைவன் தன் திருமறையில் (12-2) குறிப்பிட்டுள்ளான். இத்தகைய அழகான சரித்திரத்தை தமிழில் அழகுமிக்க காவியச்சுவையோடு, யூசுப் ஜுலைகா என்ற பெயருடன் கவிஞர் சாரண பாஸ்கரன் (T.M.M. அஹ்மது) ஆக்கித் தந்ததின் மூலம் நம்மை மகிழ்விப்பதோடு, தமக்கும் ஒரு நிலையான இடத்தைப் பெற்றுக் கொண்டுவிட்டார்.

நபி யூசுப் (அலை) அவர்களுடையதும் அவர்களது அருமை மனைவியாருடையதுமான சரித்திரத்தைப் படிக்கப் படிக்கத் தெவிட்டாச் சுவையுடன் தமிழில் எழுதப்பட்ட முதல் காவியமே இதுதான். தமிழ் இருக்கும் வரையிலும், உலகம் இயங்கும் வரையிலும் இந்தக் காவியமும் நின்றிலங்குமென்று நம்புகிறேன். இதற்காக அல்லாஹ்விடமும் பிரார்த்திக்கிறேன்.

ஆயிரம் ஆண்டுகளுக்குமுன் வாழ்ந்து பாரசீக இலக்கியத்திற்கே புதுவாழ்வளித்த பெருங்கவிஞர்களில் பிர்தௌஸி புகழ்மிக்கவர். அவர் அறுபதாயிரம் பாடல்களைக் கொண்ட "ஷாஹ்நாமாவை" இயற்றிய பெரும் புலவர். மன்னர்களின் வீரச் சரிதையைக் கூறும் அந்த பாரசீகக் காவியத்தை எழுதி முடித்த பின்னர் "யூசுப்-வ-ஜுலைகா" என்ற காவியத்தை எழுதி முடித்து, முன்னர் தாம் எழுதிய "ஷாஹ் நாமா"வைப் பற்றி அது "மௌட் டீகக் கதைகளின் தொகுப்பு"

என்று சுட்டிக்காட்டினார். இதன் மூலம் தமது 'ஷாஹ்நாமா'வை விட 'யூசுப்-வ-ஜுலைகா'வே சிறந்ததென்று அவரே கருதினார். இதுதான் 'யூசுப் ஜுலைகா அவர்களின் ஆரம்ப சரித்திரக் காவியமாகும். இதற்கு 500 ஆண்டுகளுக்குப் பின்பு தோன்றிய மௌலானா ஜாமி (ரஹ்) அவர்கள் தம் பாரசீக மொழியில் 'யூசுப் ஜுலைகா' என்ற காவியத்தை ஆக்கித் தந்தார்கள். பாரசீக மொழியில் சாதாரண பரிச்சயமுள்ளவர்களும் இக்காவியத்தைப் படித்துச் சுவைத்திருப்பது நிச்சயம். இக்காவியத்திலுள்ள சரித்திரத் தகவல்களை மட்டும் திரட்டிக் கொண்டு, குர்ஆன் கூறும் தகவல்களையும் வைத்துக் கொண்டு கவிஞர் சாரண பாஸ்கரன் (T.M.M. அஹ்மது) இந்தக் காவியத்தை மிகச் சுவையோடும், தெளிவோடும் இயற்றித் தந்திருப்பதைப் பாராட்டி அவருக்கு நல்வாழ்த்துக் கூறுகின்றேன்.

"(நபியே,) நிச்சயமாக யூசுபுடையவும் அவர்கள் சகோதரர்களுடையவும் சரித்திரத்தைப்பற்றி வினவுகின்றவர்களுக்கு அதில் பல படிப்பினைகளிருக்கின்றன" என்று (குர்ஆர் 12-7இல்) இறைவன் கூறுகின்றான். அது எத்தகைய படிப்பினை என்பதை இக்காவியத்தின் ஒவ்வொரு பாடல்களிலும் படித்துணரலாமென்பது எனது நம்பிக்கையாகும்.

— ஆ.மு. அம்ஜத் இப்றாஹிம்

கூத்தாநல்லூர்
1.1.1957

கவிஞர்திலகம் சாரண பாஸ்கரனாரின் ஆசிரியர்

வேதாந்த வரகவி **ஸாது ஆத்தனார்** அவர்கள் அளித்த

சிறப்புப் பாயிரம்

சாரணரின் பாஸ்கரனாம் திருச்சுழியார்
அஹமதுக்குத் தமிழின் செல்வப்
பூரணியும் புங்கவியும் வாழ்ந்திருக்க
அவன்நாவில் புனிதங் கூறக்
காரணமும் விற்பனமும் அற்புதமும்
கற்பனையும் கதித்து மேவித்
தோரணமாய் யாப்பிசைக்கச் சித்திரகவி
வரம்பெற்றுத் துதிகொள் வானே!

நற்றவத்தின் சிரேட்டமெல்லாம் ஒருங்கமைந்த
பெரியாரின் நனிசீர் வாய்மை
முற்றுமெழில் தன்னகத்தே மதிசுரப்ப
அமிர்தவெள்ளம் முழுதும் தேற்றிக்
குற்றமறுங் கற்பியலாம் யூசுப்ளழில்
சுலைகாவும் கூடி வாழ்ந்த
அற்புதத்தின் சரிதையினை அகப்படுத்தி
வகைப்படுத்தி அறைந்திட் டானான்.

முன்னூலாம், முதனூலின் யாப்பியலை
வழியுணர்ந்து முழுதும் தேர்ந்து
நன்னூலின் சாங்கியத்தைச் சூத்திரமாய்ச்
சுருக்கிவிட்டான் நவைதீர் மிக்கோன்

பன்னூலின் பாவாணன், யூசுப்எழில்
சுலைகாவும் பக்தி பூண்ட
இன்னூலின் சங்கற்பம் சாரணரின்
பாஸ்கரனாம் இயற்றி னானே!

நாவகத்தும் பூவகத்தும் வீற்றிருந்த
பாமாது நாவில் வல்ல
பாவல்லோர் நாவல்லோர் பாசுரத்தின்
கவிவல்லோர் பாங்கில் நின்றாள்.
தேவகத்தின் பொற்கவிதை செந்தமிழில்
யூசுப்எழில் சுலைகா வும்தேர்
மாவகத்தின் தண்டமிழான் சாரணரின்
பாஸ்கரனாம் மகிழ்ந்திட் டானே!

வேதாந்த வரகவி
ஸாது ஆத்தனார்

கூத்தாநல்லூர்
10.7.1957

பதிப்பித்தவர் பதிகம்

அருளா ளனும்அன் புடையோனும்
ஆகிய அல்லாஹ் வின் பெயரால்
அருமை யூசுப் சுலைகாவை
அமிழ்தத் தமிழில் கொணர்கின்றோம்.
பெருமை மிகுந்த முகம்மதெங்கள்
பெருமான் நபியின் ஆசியினால்
அருள்சேர் யூசுப் சுலைகாவை
அவனி தனிலே கொணர்கின்றோம்.

தேனும் இளைக்கும் தீந்தமிழில்
சீர்மை கொழிக்கும் கவிமழையை
வானு லாவும் முகிலெனவே
வளமாய்க் கொட்டும் அருட்கவிஞன்
பேணும் எந்தை தந்தையுடைப்
பழமை நினைவை உருவாக்க
வேணும் எனயாம் கொள்கருத்தை
விரும்பி நிறைவு செய்தனனே.

அழகாம் சரிதம் என அல்லாஹ்
அழகாய் உரைத்ததை அழகாக்கி
அழகாம் பாணியில் ஆக்குவித்த
அழகர் யூசுப் திருச்சரிதம்
அழகுக் கழகாய் அணிசெய்து
அழகே உருவாம் தமிழ்மொழியை
அழகு செய்யும் அழகுதனை
அழகாய்க் கூறல் அரிதம்ம!

கவிதா நயமும் கற்பனை நயமும்
கவினுறு உவமை அணிநயமும்
சவியுறு உருவக எழில்நயமும்
தமிழுள தமிழாம் மொழிநயமும்
புவியுளோர் போற்றும் பண்ணயமும்
பாக்கள் இடைநிறை பன்னயமும்
நவில எம்மோர் நாநயத்தால்
இயலா தியலா தியலாதே.

சொன்னயப் பொலிவும் பொருட்செறிவும்
சொலித்து மிளிரும் அருள்வாக்கும்
நன்னயம் இணைந்த இசைஒலியும்
நடையின் மிடுக்கும் பெருமிதமும்
கன்னற் பாகோ கனிரசமோ
கற்கண் டாமோ எனவெண்ணி
உண்ண உண்ண எம்நாவும்
உணர்வும் உளமும் இனித் தனவே.

இறைவன் வாக்கின் உட்பொருளும்
எழில்சேர் தமிழுக் கினிமையெனச்
சிறப்பு மிகுந்த பொருள்விரிப்பும்
தெவிட்டா இன்பம் தருவனப்பும்
அறைதற் கியலாச் சொல்வளமும்
அருமைத் தமிழின் பொருள்வளமும்
நிறைவு மிகுந்த மொழியழகும்
நிலவித் திகழல் உணர்ந்தேமால்

என்னிலே உணர்வை ஆக்குவிக்கும்
எல்லை யில்லா அருட்கடவுள்
தன்னுடைத் துணையாய்த் துவங்குவதாய்ச்
சாற்றிய காப்பின் விளைவிதுவோ?
தன்னுடைத் தூதர் காவியத்தைத்
தானே எழுதித் தந்தனனோ?
என்னவென் றிதையே இயம்பிடுவோம்.
எல்லாப் புகழும் இறைவனுக்கே.

பதியாம் அல்லாஹ் வின்தூதாய்ப்
 பதியாம் கன்ஆன் பூபதியாய்ப்
பதியாம் யாக்கூ பின்மகவாய்ப்
 பார்புகழ் மிஸ்ரு அதிபதியின்
பதிசேர் மதிசேர் அமைச்சாகிப்
 படியில் தைமூஸ் திருமகளார்
பதிவிர தாசிரோன் மணியுடைய
 பதியாய்ப் போந்த பெருமானார்,

ஆரணம் போற்றும் அழகுருவார்
 அன்பே வடிவாம் திருவுருவார்
காரணச் சரிதம் தீந்தமிழின்
 கனக முடியின் பெருமணியாய்ப்
பூரண மாகச் செய்வித்துப்
 பொன்றாப் புகழைப் பூண்டனனே!
சாரண பாஸ்கரன் அஹ்மதெனும்
 சம்பன்ன யோக நாவலனே.

வாழி அவன் தன் நற்பெயரும்
 வளர்மதி போன்று வளர்ந்தோங்க
வாழி அவன்தன் காப்பியமும்
 வன்மை நிலைபெற் றுயர்ந்தோங்கி
வாழி அவன்தன் கோத்திரமும்
 வளம்பல கெழுமி மிளிர்ந்தோங்கி
வாழி வான்பூ உள்ளவரை
 வான்புகழ் ஓங்கி வாழியவே.

— மு.றா.மு. அப்துற்—றஹீம்

சென்னை

1.1.1957

முன்னுரை

கற்றவர் சிந்தையைக் கற்றிடார் கண்களைக்
கொற்றவர் ஆண்மையைக் குடிகளின் மென்மையைப்
பற்றிப் பிணைத்திடும் பண்புறும் காதலின்
முற்றுகைக் கிலக்காய் விட்டவர் யாவரும்
பெற்றவர் தம்மையும் பிறந்தவர் தம்மையும்
சுற்றமும் கொற்றமும் துறந்திடும் துணிச்சலைப்
பெற்றிடும் உண்மையைப் பேசிடும் காதையுள்
முற்றிலும் சிறந்ததை விளக்கிட விரும்பினேன்!
கலையினிற் சிறந்த காவியம் வியக்கும்,
மலைகளும் உருகும், மனத்தினில் நிறையும்,
அலையெறி ஆழியும் அசையாது கேட்கும்,
கொலைஞரும் கண்ணீர் கொட்டிடச் செய்யும்
சிலைகளும் சிரிக்கும், சிந்தையோ சிலிர்க்கும்
நிலையினி லாக்கம் நிகரிலா யூசுப்
சுலைகா வாழ்வைச் சுவைமிகும் தமிழில்
நிலைத்திடச் செய்யும் நினைவே கொண்டேன்!

காவியப் புலவரும் கற்பனைக் கலைஞரும்
ஓவிய மேதையும் உள்ளம் பதித்திடும்
ஜீவியக் காதலைச் செப்பிடும் கதைகளின்
ஆவியாய் நின்றுபல் லாயிரம் ஆண்டுகள்
மேவிடும் பெருமையைத் தாவிடும் புதுமையைக்
கூவிடும் அருமையைக் கூறிடும் சிந்தையால்
பூவினில் திருமறை போற்றிடும் யூசுபின்
தேவியர் சுலைகாவின் சரிதையைக் கூறுவேன்!
பன்னெடுங் காலமாய்ப் பார்மிசை எங்கணும்

மின்னுமிச் சரிதையை எண்ணிலா மொழிகளில்
படைத்தனர். ஆயினும் பைந்தமிழ் மொழியிலே
படைத்தன ரில்லையே, படைப்பவ ரில்லையா?
இருந்தனர் பாவலர், என்னிலு மிக்கவர்;
இருப்பினும் எனக்கென இறைவனே வைத்தனன்!
இல்லையென் றாலிதை எண்ணரும் புலவரும்
சொல்லருங் கவிதையால் தொடுத்திட மறப்பரோ?
இப்பெரும் பேற்றினை என்றனுக் கீந்திடும்
ஒப்பரும் இறைவனின் உவப்பினை மறப்பதோ?
செப்பருங் காவியம் செப்பிடும் ஆற்றலே
எப்பொழு தும்எனக் கிருப்பதாய் எண்ணிலேன்!
இப்பெருங் காவியம் இறைவனின் துணையினால்
செப்பிடத் துணிந்தஎன் சிந்தையே ஊக்கமே
கொண்டிட ஆக்கமே கொடுத்தனன்; பேர்பெறும்
தொண்டியம் பதியினில் தொல்புகழ் தாங்கிடும்
பெருங்குலத் திலகமாய் அருங்குணச் செல்வமாய்
திருமிகும் பெருந்தகை சீர்மிகும் பண்பினன்
அப்துர்ர ஹீமின்மெய் யன்பின் மறப்பதோ?
எப்பொழு தும்அவன் இன்முகம் மறந்திலேன்!
இம்மையும் மறுமையும் ஏற்றமாய் அவன்குலம்
செம்மையே பெற்றிடச் சிந்தையால் வாழ்த்துவேன்!
இப்பெருங் காவியம் இயற்றிடப் பணித்திடும்
ஒப்பரும் இறைவனும் ஒப்பிடப் பணிகிறேன்!
வாழிய என்பணி வையகம்
வாழிய மட்டிலும் வனப்புடன் வாழியே!

— சாரணபாஸ்கரன்

இறை வணக்கம்

பொன்னிலே பொருளில்
    புன்னகை புரிவோன்
விண்ணிலே மண்ணில்
    விந்தைகள் செய்வோன்
கண்ணிலே ஒளியாய்க்
    காரிருட் களைவோன்
தன்னிலே தானாய்த்
    தனித்தியங் கிடுவோன்
என்னிலே உணர்வை
    எழுப்பிடும் இறையோன்
பொன்னடி தனிலே
    சென்னியைக் கிடத்தி
என்னருந் தமிழில்
    யூசுபு சுலைகா
உன்னதச் சரிதையை
    உரைத்திடத் துணிந்தேன்.

யூசுப் பரம்பரை

தமக்காக அல்லாமல் நம்மை யல்லார்
நலம்நோக்கி வாழ்கின்ற உணர்ச்சி யூட்டி
தமக்காகத் தாம்பெற்ற செல்வர்க் காகத்
தயங்காமல் இறையோனின் ஆணை ஏற்றே
எமக்காக எதுவுமிலை; எதைக்கேட் டாலும்
இக்கணமே தந்திடு வோம்'எனும் நினைவை
நமக்கீயும் நல்வாழ்க்கை நடாத்தி நின்ற
நபிஇபுறா ஹீம்தவத்தில் இஸ்ஹாக் வந்தார்.

எவ்வுயிரும் இறைபணிக்கே உரிய தென்ற
இபுறாஹீம் நபிகுலத்தில் மலர்ந்த இஸ்ஹாக்
செவ்வையுடன் குலம்தழைக்க நெறிநி லைக்கச்
செழித்தோங்கிக் கட்டிளமைப் பருவம் பெற்று
இவ்வுலக வாழ்வினுக்கே முதன்மை யான
இல்லறத்தை ஏற்றதிலே இன்பம் துய்த்து
ஒவ்வியமெய் யன்புநிறை வாழ்க்கை வானில்
ஒளிமிகுந்த தாரகையே உதிக்கக் கண்டார்!

வளமிகுந்த இபுறாஹீம் நபியின் பூங்கா
வனப்பொளிரும் பலமலரைப் பூக்கச் செய்தே
உளம்மகிழக் குலம்வரை உலகு முற்றும்
ஒப்பற்ற நறுமணத்தைப் பரவச் செய்யும்
வளமுடைய பொன்மலராய்ப் பெற்றெ டுத்த
மைந்தனுக்கு யாக்கூ(ப்)பெனப் பெயரு மிட்டே
அளவற்ற மகிழ்வுற்ற இஸ்ஹாக், நெஞ்ச
அருவிதனில் ஆரமுதம் சுரக்க வாழ்ந்தார்.

பிள்ளைபுகழ் பாடுகின்ற பெற்ற வர்க்குப்
பெரும்புகழைத் தரும்மணியாய் மிளிர்ந்த யாக்கூப்
கிள்ளைமொழி பேசுதற்கு மெள்ள ஊர்ந்து
கிடைக்காத பெருநிதியாய்ச் சிறப்புப் பெற்றுத்
துள்ளுநடை பயிலுகின்ற வளர்ச்சி யுற்றுத்
துடிஇளமை எய்தியதும் கடமை வாழ்வைக்
கொள்ளுகின்ற நற்பருவம் கண்டு, வாழ்க்கைக்
குறிக்கோளாம் இல்லறத்தை விரும்ப லானார்!

பண்புமிகும் பாட்டனார், தந்தை மற்றும்
படைப்பினங்கள் அத்தனையும் ஏற்று வாழும்
அன்பொளிரும் இல்வாழ்வை அடைந்த யாக்கூப்
அதன்பரிசாய் ஈரைந்து மகவைப் பெற்றே
இன்பமுடன் புவிவாழ்வை நடாத்துங் காலை
இல்லரசி 'பல்கியா' இயற்கை எய்தத்
துன்பமுடன் சேர்ந்துவரும் இன்ப மெண்ணித்
துயர்மறந்து மைந்தர்களை அணைத்து வாழ்ந்தார்!

விந்தையிலும் விந்தைமிகும் கதைகள் சொல்லி
விளையாட்டில் சிறுவர்களைத் திருப்பி விட்டே
எந்தநிலை எழுந்தாலும் இறைவன் ஆணை
எனும்நினைவை மூத்தவர்க்கு விளக்க லானார்!
தந்தையின்நல் லறிவுரையில் சாந்தி காணும்
தகுதியினை அடைந்திட்ட மூத்த மைந்தர்
சிந்தையினில் தாய்நினைவு தேய்ந்து போகச்,
சிறுவர்களோ தாய்தேடி வாட லானார்!

மறைந்திட்ட அன்னைமுகம் காணு தற்கு
மனந்துடிக்கும் மைந்தர்களின் எழில் முகத்தில்
நிறைந்திட்ட பெருந்துயரைக் கண்ட யாக்கூப்
நெஞ்சினிலும் கொடுந்துய ரம்நிழல்வ டிவாய்
வரைந்திட்ட சித்திரத்தே பிரிந்து விட்ட
மனைவிமுகம் தோன்றிடவே நிலைகு லைந்து
குறைந்திட்ட மனச்சுமையில் மீண்டும் துன்பம்
குவிந்திடவே நெடுமூச்சு விடுக்க லானார்!

பாய்ந்துவரும் பெருமூச்சில் புதிய எண்ணம்
    பளிச்சிடவே புத்துணர்வு பெற்ற யாக்கூப்
சாய்ந்துவிட்ட நெஞ்சுரத்தின் தலைநி மிர்த்தித்
    தாய்தேடும் மைந்தர்களை இறுக ணைத்துக்
காய்ந்துலர்ந்த தம்மிதழால் முத்த மிட்டுக்
    "கண்மணிகாள்! அதிவிரைவில் உங்க ளுக்குத்
தாய்கிடைக்கச் செய்திடுவேன்! அழாதீர்!" என்றார்.
    துயர்படிந்த சேய்முகத்தில் மகிழ்ச்சி கண்டார்.

கண்ணயர்ந்தே உறங்குகின்ற சிறுவ ருக்குக்
    கதைசொல்லி விழிப்படையச் செய்ய லாமோ?
உண்ணுதற்கே உணவுபெறத் துடிப்ப வர்க்கே
    உடைதந்தால் மகிழ்ச்சிதனை அடைவ துண்டோ?
அன்னையின்மெய் யன்பினுக்கே அழுப வர்க்கே
    ஆறுதல்சொல் தந்தைமொழி இனிப்ப துண்டோ
என்பதிலே எண்ணமிட்ட யாக்கூப் நெஞ்சம்
    இல்லறத்தை ஏற்பதற்கே இணங்க லாச்சு!

மறந்திடவோ மறுத்திடவோ இயலா தான
    மனிதகுல வளர்ச்சிக்கே மூல மாகச்
சிறந்தொளிரும் இல்வாழ்வைப் பிரிந்து வாழும்
    சிந்தனையை உடன்மாற்றி வென்ற யாக்கூப்
இறந்துவிட்ட தம்மனைவி 'பல்கி யா'வின்
    இளையதங்கை ராஹிலாவைக் கைப்பி டித்துத்
துறந்திருந்த இல்வாழ்வைத் தானும் பெற்றுத்
    துயரடைந்த மைந்தருக்குத் தாயும் தந்தார்!

———

யூசுபின் பிறப்பு

இயல்–2

கணவன் களிப்பைப் பெரிதென்னும்
　　கடமை வாழ்வைத் தொடங்கிட்ட
குணவதி ராஹிலா திருமுகத்தில்
　　கூடித் திரளும் புத்தொளியை
மனத்தால் உணர்ந்து மகிழ்வுற்று
　　மனைவியின் நெஞ்சைக் கூர்விழியால்
கணத்தில் நோக்கிய யாக்கூபின்
　　கருத்தை உணர்ந்தாள் இல்லரசி!

வெட்கிக் கவிழ்த்த தன்முகத்தை
　　விரைந்து நிமிர்த்திய யாக்கூபை
ஒட்டி மார்பினில் முகம்புதைத்தே
　　உலகை மறக்கும் ராஹிலாவைக்
கட்டித் தழுவித் தம்மகிழ்வைக்
　　காட்டிய யாக்கூப் காதருகில்
வெட்கம் விலக்கி, "ஒருகுழந்தை
　　விரைவில் தருவாய்!" எனக்கேட்டார்

"ஐந்து திங்கள் ஆவதற்குள்
　　அவசரம் செய்தால் முடிந்திடுமோ?
ஐந்து திங்கள் பொறுத்திடுவீர்
　　அழகுச் செல்வனைப் பெற்றிடுவீர்!
மைந்தனைக் கண்டதும் மனைவியினை
　　மறந்திட மாட்டீர் என்பதற்கே
எந்தனுக் குறுதியே கூறிடுவீர்!"
　　என்றே வேண்டினள் ராஹிலாவே!

கரும்பு முளைவிடும் முன்பிருந்தே
 காத்து நின்றிடும் எறும்பெனவே
அரும்பு கட்டுமுன் மலருக்காக
 அலைந்து திரிந்திடும் வண்டெனவே
விரும்பும் மைந்தனைக் காண்பதற்கே
 வெகுவாய்த் துடித்திட்ட யாக்குபுள்ளம்
பெருமை கொண்டிட எழில்மகனைப்
 பெற்று மகிழ்ந்தனள் ராஹிலாவே!

மின்னும் தாரகைச் சுடரெனவே
 மிளிரும் சிறுவிழி சுழற்றுகின்ற
அன்புச் செல்வனை அருகணைத்தே
 ஆசைப் பெருக்குடன் முத்தமிட்டுப்
பண்பு மிகுந்திட யூசுபென்று
 பாரில் நிலைத்திடும் பெயருமிட்டே
என்றும் காணா இன்பமுற்றே
 இதயம் களித்தனர் நபியாக்கூபே!

நீல வான்கடல் நீந்துகின்ற
 நிறைமதி தனது இல்லவானில்
சீலர் பூசுபாய்ப் பிறந்ததென்று
 சிந்தை குளிர்ந்திடும் ராஹிலாவை
ஞாலம் வியந்திடும் எழில்படைத்த
 நற்குலம் பூத்த மணி பூசுப்
காலம் முழுவதும்நினை வில்வைக்கக்
 கண்கள் மலர்ந்துதம் நன்றிசொன்னார்!

என்றும் வாடிடாத் திருமலர்கள்
 எழுப்பும் சுகந்தமே அத்தனையும்
குன்றச் செய்திடும் நறுமணத்தைக்
 கொண்டு பிறந்ததன் திருமகனை
அன்பில் விளைந்த நல்லமுதை
 அள்ளி அணைத்தெழில் நுதல்நுகர்ந்தே
இன்பம் சுவைத்திடும் ராஹிலாவை
 எழில்மிகும் யூசுப் தழுவினரே!

யாக்கூபும் ராஹிலாவும்

இயல்-3

தாய்மையினை அடைந்திட்ட காரணத்தால்
தளர்வுற்ற உடலினிலே புதுமை இன்பம்
தோய்ந்திடவே யூசுபினைப் பெற்றெடுத்த
துயர்மறந்து முகம்மலர்ந்த ராஹி லாவை
வாய்மைநிறை நபியாக்கூப் உற்று நோக்கி
மைந்தனையே தந்ததற்கு நன்றி சொல்லிச்
சேய்முகத்தில் ஒளி முத்தம் பதித்தே அன்புத்
தேவியரின் திருமுகத்தை நோக்க லானார்!

"உங்களையே வார்த்தெடுத்த வடிவம்" என்றாள்,
"உன்னழகும் கொண்ட உயிர்ச் சிற்ப" மென்றார்!
"திங்கள்ஒளி தங்கும்எழிற் செல்வ" மென்றாள்,
"தேய்ந்தழியும் திங்களிதற் கீடோ?" என்றார்!
"அங்கமெலாம் நமதன்பின் சின்னம்" என்றாள்.
"அதனுயிரோ தெய்வீகச் சக்தி" என்றார்!
"துங்கமணிச் சர" மென்றாள்; "ஆமாம்" என்றார்,
சொல்லாடல் கேட்டமகன் சிரிக்கக் கண்டாள்!

"எதற்காகச் சிரிக்கின்றாய் மகனே?" என்றாள்,
"இல்லாமல் அழச்சொல்கின் றாயா?" என்றார்!
"இதற்குள்ளே மகன்பக்கம் சேர்ந்து விட்டால்
இனிஎனக்கு ஆதரவு யாரே?" என்றாள்!
"அதற்குனது மகன்வந்து விட்டான்!" என்றார்
"அவனெதற்கு நீங்களே வேண்டும்!" என்றாள்
இதைக்கேட்ட யூசுபு வெம்பக் கண்டே
இருகரத்தால் மார்பணைத்தாள் ராஹி லாவே!

தனைப்பெற்ற தாயாரின் கருணை நெஞ்சின்
சலுகையுடன் முகம்புதைத்து விம்மு கின்ற
மனைவிளக்கின் நீர்விழியைத் துடைத்து விட்டு
"மாமணியே ஆண்மகன்நீ அழாதே!" என்றாள்
"துணைவேண்டி விளையாடத் தங்கை கேட்டுத்
துயர்கொண்டு அழுகின் றான்,' எனச் சிரித்தார்;
"நினைக்காதீர் அதற்குள்ளே!" என்றாள் ராஹில்,
நினைத்தாலே இனிக்கிறது!" என்றார் யாகூப்.

விழிமூடி நாணத்தால் முகம்சி வந்து
'விளைநிலத்தைப் பண்படுத்த வேண்டும்' என்றாள்
மொழிகேட்ட யாக்கூபு முறுவ லித்தே
'முற்றுமிதை ஒப்புகிறேன் கண்ணே!' என்றார்.
"எழில்மிக்க மைந்தர்களைப் பெற்றுத் தந்தால்
இனிக்காமல் கசந்திடுமோ?" என்றாள் ராஹில்.
"பொழில்நடுவில் ஒருமலரை நுகர்ந்த பின்னர்.
புதுமலரை விரும்புவது தவறோ?" என்றார்.

(இதற்குப்பின் ராஹிலா மற்றொரு மைந்தனைப் பெற்றெடுத்தாள். அக் குழந்தையின் பெயரே புன்யாமீனாகும். அக்குழந்தை பிறந்த பின்னர் ராஹிலாவுக்கு உடல் நலிவேற்பட்டது.)

இல்லரசியின் இழப்பு

இயல்-4

நாட்களும் உருண்டு, நகர்ந்தன திங்கள்,
ஆண்டும் பிறந்து மாண்டது; மீண்டும்
தோன்றிய ஆண்டு நீண்டு தேய்ந்தது!

இதனிடை...

தாயின் மடியில் தவழ்ந்த யூசுப்
பாயில் அமர்ந்து பாய்ந்தே ஊர்ந்து,
பளிச்சிடும் முத்துப் பற்களைக் காட்டிக்
கிளிமொழி பேசி வளர்ந்திடக் கண்டே
அன்னையின் உள்ளம் முன்னிலும் மகிழ்ந்தது.

ஆயினும்...

தன்னுடல் வாடத் தாக்கிடும் பிணியை
இன்னதென் றறியா தேங்கிய ராஹில்
தன்னருங் கணவர் கண்டிடா வண்ணம்
பன்னெடு நாட்கள் பதுக்கியே வைத்தாள்.

என்றாலும்...

பின்னொரு நாளில் தன்னிலை யுணர்ந்து
கண்மணி யூசுபைக் கட்டி யணைத்து
'என்னரும் மகனே! இன்றோ நாளையோ
உன்னைப் பிரிந்திட என்னைப் படைத்தவன்
கண்ணைக் காட்டிக் கடிதில் அழைக்கிறான்!
சென்றேன் என்றால் திடுக்கிட வேண்டாம்!
உன்றனின் தந்தை உன்னத யாக்கூப்
என்றனை விடவும் ஏற்றமாய் வளர்ப்பார்!
கண்களுக் கிமையாய் அண்ணன் மார்கள்
உன்மனம் போன்றே உவப்புடன் காப்பார்!
கண்ணே யூசுப் கலங்கிட வேண்டாம்!"
என்றாள் ராஹில்; இதுவரை மறைந்து
நின்ற யாக்கூப் நெடுமூச் செறிந்து
பாய்ந்து சென்று பறித்தார் யூசுபை.

அத்துடன்...

"இந்நாள் வரையிலும் உன்னுடல் நோயினை
என்னிடம் மறைத்தே இருந்ததேன் ராஹில்?
பிள்ளைக்(கு) உன்நிலை சொல்லிடத் துணிந்தநீ
எள்ளள வாயினும் என்னிடம் இயம்பிடக்
கள்ளமேன் கொண்டனை?" என்றார் யாக்கூப்

கேட்டதும்,

'கள்ளமேன்?' என்றிடும் கணவரின் வார்த்தையின்
உள்ளத் துடிப்பினை உணர்ந்த ராஹிலா
"அண்ணலே என்குறை அனைத்தும் மறந்து
புன்னகை பூக்கும் புதல்வனைப் பேணுவீர்!
இந்நாள் வரையிலும் என்னுடற் பிணியினைச்
சொன்னது இலையெனத் துயர்ப்படும் தோன்றலே,
சொல்வதால் என்பிணி தொலைந்திடும் என்றிடின்
சொல்லிட முந்துவேன், சொல்லிடில், தங்களின்
இதயம் வருந்திடும் என்பதால் மூடினேன்"
என்றனள் கேட்டதும் ஏங்கினர் யாக்கூபே!

இந்நிலை...

உணர்ந்ததே போன்று ஒளிமிகும் யூசுப்
"அம்மா' என்று அழைப்பதைக் கேட்டுத்
தந்தையர் யாக்கூப் சிந்தை வலித்தது!
சேயின் அழைப்பைச் செவியினில் ஏற்ற
தாயின் சிந்தைதன் நோயினை மறந்து
முழுமதி எனவே முகமதி ஒளிரச்
செழுமதி படைத்த செல்வன் யூசுபை
கூர்ந்து நோக்கிக் கூறுவாள் ராஹில்
"ஊர்ந்தென் னருகில் ஓடிவா!" என்று,
தந்தையின் அணைப்பைச் சட்டென விலக்கி,
தாயின் அழைப்பைத் தலைமேற் றாங்கி,
துள்ளித் தவழும் பிள்ளை யூசுபை
அள்ளி யணைத்து ஆயிர முத்தம்
சொரிந்த ராஹிலா துணைவரை அழைத்தே
"இந்நாள் முதலாய் என்னிலும் மேலாய்க்
கண்மணி யூசுபைக் கவனமாய்க் காப்பீர்!"
என்றதும் ராஹிலா இருவிழி
சுழற்றி விழித்திடக் கழன்றது உயிரே.

யூசுபின் பிரிவு

இயல்-5

இல்லற வாழ்வில் இன்பமும் துன்பமும்
 இணைந்திடும் உண்மையை உணர்ந்து,
நல்லறங் காக்கும் யாக்கூபின் நெஞ்சம்
 நாயகி மறைந்ததை மறந்து
நல்லருள் சேர்க்கும் வல்ல தயாளன்
 நாட்டம்போல் வாழ்ந்திடத் துணிந்தே
எல்லையில் லாநல் லன்புடன் யூசுபை
 எவ்விதம் வளர்ப்பதென் றாய்ந்தார்.

பெற்றவள் அணைப்பைப் பிரிந்திடாச் சிறுவர்
 பிரிந்ததம் அன்னையைத் தேடிச்
சற்றுமோ யாமல் அழுவதைக் கண்டு
 சகித்திட இயன்றிடா யாக்கூப்
சுற்றமும் கலந்து யூசுபை வளர்க்கச்
 சோதரி யாளிடம் விடுத்தே
மற்றொரு குழந்தை புன்யாமீனை
 வளர்த்திடத் தாதியர் அமைத்தார்!

(ஐந்தாண்டு வரையிலும் அருமையாய் வளர்த்த யூசுபை, மீண்டும் தம்மிடம் ஒப்படைக்கும்படி யாக்கூப் வேண்டுகிறார்.)

சோதரியின் துயர்

இயல்–6

தன்னரும் மனைவி பிரிந்திடச் செய்த
சாவினைச் சகித்திட்ட யாக்கூப்
உன்னத மகனார் யூசுபைத் தன்னின்
உடன்பிறந் தாளிடம் விடுத்து
பன்னெடு நாட்கள் பெருந்துயர் தாங்கிப்
பாலகன் யூசுபை மீண்டும்
தன்னிடம் சேர்க்கச் சோதரி இடத்தில்
தாழ்மையாய் வேண்டிநின் றாரே!

இன்னும் சில் லாண்டு தன்னிடம் யூசுபை
இருத்திட விரும்பிய அவளோ
தன்னுடைச் சோதரர் யாக்கூபை அணுகித்
"தாயினும் மேலதாய் வளர்க்கும்
என்னிடம் யூசுப் இருப்பதில் ஏதும்
இன்னலைக் கண்டது முண்டோ?
இன்னுமீ ராண்டு என்னிடம் யூசுப்
இருப்பது நன்றெ'னச் சொன்னான்.

"மீண்டுமோர் நாளும் யூசுபைப் பிரிந்து,
வாழ்ந்திடில் வளர்துய ரரவம்
தீண்டிஎன் உயிரைக் குடிப்பது திண்ணம்
சிந்தையில் உலவிடும் யூசுப்

ஆண்டுஐந் தாயுன் அன்பினில் வளர்ந்தான்
ஆதலால் சோதரி இனிமேல்
நான்வளர்த் திடவே முடிந்திடும்!" என்றே
நாட்டத்தை விளக்கினர் யாக்கூப்!

துயரினை ஏந்திச் சுகத்தினை இழந்து
சோதரா யாக்கூபின் மகனை
உயிரினும் மேலாய், உடலினோர் அமைப்பாய்
உவப்புடன் வளர்த்துளம் மகிழ்ந்து
பயன்பெறும் காலம் பிரிக்கும்யாக் கூபைப்
பகைவராய்க் கருதிய அவளோ
நயமுடன் உரைத்தாள் "யூசுபை அழைத்து
நாளைக்கே வருகிறேன்!" என்று.

சோதரி தமக்கே ஆதர வாகச்
சொல்லிடும் வார்த்தையை நம்பி
வேதனை மறந்து யூசுபை அருகில்
விளையாடச் செய்வதாய்க் கருதி
சோதனை அனைத்தும் வென்றதாய் நினைத்துச்
சோதரி பெருங்குணம் மதித்து
சாதனை புரிந்த வீரனைப் போலச்
சாந்தியை அடைந்தனர் யாக்கூப்!

குழந்தை கூறும் நெறி

இயல்–7

அருமை யூசுபை நீராட்டி
அழகுக் கழகு செய்வித்தே
உரிமைக் குரிய தந்தையிடம்
ஒப்பித் திடவே உடன் கூட்டி
வரும்தம் சோதரி எதிர்சென்று
மைந்தன் யூசுபை அருகணைத்தே
உருகிக் கண்ணீர் உதிர்க்கின்ற
உணர்ச்சி யடைந்தார் யாக்கூபே!

கண்ணீர் கண்ட சோதரியாள்
கடுஞ்சினங் கொண்டு யாக்கூபை
“எண்ணம் போன்று யூசுபை
என்னிடத் திருந்து பெற்றபினும்
கண்ணீர் வடித்து நிற்பானேன்?
களிப்பில் கலக்கம் சேர்ப்பானேன்?
என்னிலை யன்றோ இது!” என்றாள்;
“இன்பக் கண்ணீர்!” எனச்சொன்னார்.

காலை அரும்பும், கடும்பகலும்
கவ்வித் தகிக்கும், மனங்கவரும்
மாலை மலரும் ஒளிமறைந்து
மயக்கும் இரவின் இருள்சூழும்
காலை இன்பம் கண்டதனால்
கடும்பகல் துன்பம் மறப்பதுவோ?
நாளை நடப்பை அறியாநாம்
நம்பும் இன்பம் கன” வென்றாள்!

'சூழும் இருளும் விரைந்தோடும்
 சூரியன் மீண்டும் ஒளிகாட்டும்!
வாழும் உயிர்கள் அத்தனையும்
 வாய்ப்புக் கேற்ப வாழ்ந்திடவே
தாழ்வும் வாழ்வும் சமமாக்கித்
 தந்தான் இறைவன்!" என யூசுப்
சூழ்ந்து நிற்பவர் வியந்திடவே
 சொன்னதும் மகிழ்ந்தார் யாக்கூபே!

சோதரி கூறிய நெறிமுறையைத்
 துணிவாய் மறுத்த மகன்யூசுப்
வாதத் திறனை மிகவுணர்ந்து
 வாரியணைத்தே அரைநொடியில்
போதனை புரியும் பேரறிவைப்
 புகட்டி வளர்த்த சோதரிக்கு
நாதர் யாக்கூப் பெரும்நன்றி
 நவின்றார், அவளும் மகிழ்ந்தாளே!

———

மதியின் சதி

இயல்–8

மறுநாட் காலை மைந்தனுக் குயர்ந்த
நறுமணம் பூசி நல்லுடை உடுத்தி
இருந்தார் யாக்கூப். இந்நே ரத்தில்
அருமைச் சோதரி அவசரக் கோலமாய்
வருவதைக் கண்டு பெருந்திகில் கொண்டு

அருகில் சென்று அமரச் செய்து,
“பெருந்துயர் காட்டிப் பீதியால் வெருண்டு
வருந்துதல் ஏனோ? வளர்த்த யூசுபைப்
பிரிந்ததன் விளைவோ? அறிந்திடச் சொல்வாய்!
பிரிவுத் துயரம் பெரிதும் வருத்திடில்

திரும்பவுன் னில்லம் செல்லா திங்கே
இருந்து வாழலாம்!” என்றார் யாக்கூப்,
தன்னரும் சோதரர் பொன்னுரை கேட்டதின்
பின்னரும் ஏதும் பேசா திருந்தனள்.

புன்னகை பூத்திடும் கண்மணி யூசுபு
அன்புடன் மாமியின் அருகினிற் சென்று
“நின்துயர் யாதென என்னிட மாவது
சொன்னால் போதும்!” என்றார் பணிவாய்.

“எங்களின் தந்தையர் இஸ்ஹாக் எமக்குப்
பங்கிட் டளித்த பல்விதப் பொருளில்
எங்கணும் கிடைக்கா இடையணி ஒன்றைத்
தங்களின் சின்னமாய்த் தந்தார் எனக்கே!

உன்னதம் மிகுந்த இன்னுயிர்ப் பொருளாய்ப்
பன்னெடுங் காலம் பாதுகாத் திருந்தேன்.
என்றும் போல இன்றதைக் காணச்
சென்றேன் பேழை திறந்து கிடக்கக்

கண்டேன் கலங்கினேன்; கள்வன் எவனோ
கொண்டே சென்றனன்; கொள்ளை கொடுத்தேன்!
அடுத்த வீட்டார் அத்தனை பேரிலும்
எடுத்தவர் யாரும் இருக்கலா மென்று

சோதனை செய்து சோர்ந்த போதில்
பாதகச் செயலைப் பண்ணிடும் வாய்ப்பே
என்னிட மிருந்த உனக்கே உண்டெனும்
எண்ணம் எழுந்ததால்; உன்னிடம் வந்தேன்!

எடுத்தது நீயெனில் என்னிடம் அதனைக்
கொடுத்திட வேண்டும்; கொடுக்கா திருந்தால்
விடுத்திட மாட்டேன்!, விருப்பமாய் உன்னை
எடுத்து வளர்த்தேன், அடுத்துக் கெடுத்தாய்!

எடடா அதனை!" என்று யூசுபை
எட்டிப் பிடித்தாள், யாக்கூப் தடுத்தார்!
"கள்ளமே அறியாக் கண்மணி யூசுபைக்
கள்வனாய்க் கருதிடும் உள்ளமும் வந்ததோ?

படைத்தவன் ஆணையாய்ப் பகருவேன் என்மகன்
கிடைத்ததைச் சுருட்டிடும் கீழ்மகன் ஆவனோ?
சொல்வது முறையோ? சோதரி!" என்றார்.
'உன்மகன் என்பதால் ஒருபிழை புரிந்திடான்

என்பதைச் சொல்லும்நீர் இஸ்ஹாக் திருமகள்
சொல்லுவாள் பொய்' யெனச் சொல்லவும் துணிவதோ?
நல்லதும் அல்லதும் எள்ளள வாயினும்
அறிந்திடா யூசுபின் ஆடைகள் பெட்டியைத்

திறந்திடில் என்பொருள் தேடலாம், இல்லையேல்
சொன்னது தவறென மன்னிப்புக் கோருவேன்"
என்றனள். இதுதான் நன்றென யாக்கூப்
ஒப்பினார். யூசுப் உண்மையில் இவ்விதத்

தப்பிதம் செய்ததாய்ச் சாட்சியம் கிடைத்திடில்
தண்டனை விதிக்கவும் தவறேன்" என்றதும்
"தண்டனை தருவது என்பொறுப்" பென்றனள்.
இந்தச் சமயம் ஏக்கமாய் யூசுப்

சொந்தப் பெட்டியைச் சுட்டிக் காட்டி
"அந்தப் பெட்டியில் அப்பொருள் இருந்திடில்
எந்தத் தண்டனை எனக்க ளித்தாலும்
ஏற்பேன்!" என்று இயம்பி அழுதார்.

"பார்ப்போம்!" என்று பார்த்தனர் பெட்டியை!
பெட்டியைத் திறந்து கொட்டிப் பார்த்ததும்
கட்டிடும் இடுப்புக் கச்சையைக் கண்டனர்!
"எவ்விதம் இதனுள் வந்தது?" என்றாள்.

"அவ்விதம் ஏதும் அறிந்திடேன் நானும்.
இவ்விதம் வருமுன் இந்தப் பெட்டியில்
ஒவ்வொரு உடையாய் ஒழுங்குடன் அடுக்கி
கொண்டுவந் திங்கே கொடுத்தது முதலாய்
ஒன்றும் அறியேன்!! என்றார் யூசுப்!

"திருடிய குற்றம் செய்தது மன்றிப்
பெரும்பொய் பேசவும் விரும்பு கின்றாயோ?
ஒருமுறை தவறு புரிந்ததற் காக
வருந்துதல் விட்டு மறுமுறை தவறே
செய்வதேன் என்று சினந்து கூறினாள்.

"மெய்யும் பொய்யும் தெய்வமே அறியும்!"
என்றார் யூசுப். "எனக்கும் தெரியும்!"

என்றார் யாக்கூப். "எனக்கு மட்டும்
இதுதெரி யாதா?" என்று நகைத்தாள்!
"அதுசரி, இதற்கு அளிக்கும் தண்டனை
"எதுவெனச் சொல்வாய்" என்றார் யாக்கூப்.

"பொதுவினில் களவு புரிந்தவர் தம்மை
அடிமை யாக்குவதை அறியார் யாரோ?
கடிதினில் யூசுபை அடிமையாய்த் தாரீர்"
என்றாள். கேட்ட யாக்கூப் சிரித்தார்.

மாசறுங் குழந்தை யூசுபின் இடத்தில்
பாசங் கொண் டதனால் பறித்திட நினைத்து,
கள்வனாய்க் காட்டிக் காலம் முழுவதும்
செல்வனை அடிமை செய்திட முனைந்து

விதியின் வலிமையை முழுவதும் மறந்து
மதியின் பலத்தால் சதியினைச் செய்த
சோதரி இடத்தில் சொல்லுவார் யாக்கூப்
"மாதவ மைந்தன் மாமணி யூசுப்

மீதினில் என்னிலும் மிகுந்த அன்பினால்
பாதகச் செய்கையைப் பண்ணிடத் துணிந்தனை!
ஆயினும் உன்னிடம் அருமை யூசுபை
தாயினும் மேலாய்ச் சகிப்புடன் தருகிறேன்"

என்றார். கேட்டதும் இதயம் அதிர்ந்து
நின்றாள். யாக்கூப் சென்றார் அப்பால்.
"என்னுயிர் போம்வரை என்னிடம் இருப்பாய்
உன்னைப் பிரிந்திட ஒண்ணா தென்னால்"
என்றாள், யூசுபை எடுத்துச் சென்றாள்.

விதி செய்த வேலை

இயல்–9

மதியின் பலத்தால் சதிசெய்து
   மாநபி யாக்கூப் தம்மகனைப்
பதியில் தன்னுடை அடிமையெனப்
   பறித்து வந்து ஈராண்டாய்
நிதியென யூசுபைக் காக்குங்கால்
   நெஞ்சில் உண்மையை நினைப்பூட்டி
விதியோ சிரித்துத் தன்னுடைய
   வேலையை மெள்ளத் துவக்கியதே.

உள்ளச் சுமையால் உடல்நொந்தே
   உயிரைப் பறிக்கும் கொடும்விதியைத்
தள்ளி வெல்லும் வலுவின்றிச்
   சகோதரர் யாக்கூப் தம்மிடத்தில்
சொல்லி அனுப்பினாள், அந்நேரம்
   தொடர்ந்த விதிதன் பெருங்கரத்தால்
அள்ளிச் சென்றதே அவளுயிரை
   அழுது புலம்பினார் யூசுபே.

பதறி வந்த யாக்கூபைப்
   பார்த்ததும் உள்ளம் வெடித்திடவே
கதறிக் கண்ணீர் வடிக்கின்ற
   கண்மணி யூசுப் தனையழைத்தே
"எதற்குத் துயரம் என்மகனே!
   எல்லாம் இறைவன் விதிப்பயனே!
இதற்குப் பணியா மதிஎதுவும்
   இல்லை" என்றார் நபி யாக்கூப்!

அன்பு விளைத்த பகை

இயல்–10

இறையைப் பணியும் நேரத்தே
    எண்ணம் பார்வை செய்கையினை
ஒருமைப் படுத்தும் முறைபோலே
    உணர்வும் உயிரும் தன்னுடைய
அருமைப் புதல்வர் யூசுபிடம்
    அடிமைப் படுத்தி அவரிடமே
பெருமை காணும் யாக்கூபின்
    பேச்சும் மூச்சும் யூசுபே!

பன்னிரு மைந்தரி லொருமகவாய்ப்
    பாரினில் பெற்ற யூசுபைத்
தன்னிரு விழிகளின் பேரொளியாய்த்
    தனியொரு மகனாய் யாக்கூபு
எண்ணிக் காக்கும் நிலைகண்டே
    ஏனைய மைந்தர் நெஞ்சினிலே
சின்னஞ் சிறுவன் யூசுபிடம்
    சீற்றம் எழும்பச் செய்ததுவே

பெற்ற புதல்வர் அனைவரிலும்
    பேதம் ஏதும் கொள்ளாமல்
சற்றும் வேற்றுமை இல்லாமல்
    சமமாய் நடத்தும் பெருங்கடமை
முற்றும் தவிர்த்தார் தந்தையென
    மூத்தவ ரெல்லாம் கருதிடவே
பற்றிப் படர்ந்த பொறாமைப் பேய்
    பார்வையில் யூசுப் பட்டனரே.

சிந்தையில் களங்கம் அறியாத
சிறுவன் யூசுப் தன்னிடத்தே
தந்தையர் காட்டும் தனியன்பால்
சகோதரப் பகைமை சூழ்வதனை
எந்தஓ ரளவும் அறியாமல்
எவ்விதத் துயரும் கொள்ளாமல்
சந்ததம் தந்தை அருகினிலே
தங்கி மகிழ்ந்து வாழ்கின்றார்!

———

கதிரவன் காட்டிய நாடு

இயல்–11

கடலினில் பிறந்து மலையினில் வளர்ந்து
    கானகம் வானகம் அலைந்தே
உடலினை வருத்தும் சோர்வினை மாற்றும்
    ஓய்வினை விரும்பிய கதிரோன்
இடம்பல நோக்கி மேற்குநா டதனை
    ஏற்றநல் லில்லமாய்த் தேர்ந்து
சுடர்விளக் கேற்றிச் சென்றனன். அதுதான்
    தோன்றலர் தைமூஸின் நாடு.

எத்தனை நாடு எத்தனை மன்னர்
    இத்தரை முழுவதி லிருந்தும்
அத்தனை நாடும் அரசையும் பார்த்தும்
    அனைத்திலும் சிறந்தபொன் னாடாய்
இத்தனை காலம் மேற்கு நாடதனை
    ஏற்றிடும் கதிரவன் பின்னே
பித்தனைப் போலோர் தினம்சென் றொருவன்
    பெருவியப் படைந்ததைச் சொல்வேன்

கொடையினிற் சிறந்த குடிகளின் வளத்தைக்
    கூர்ந்திடும் போதினில் வண்ண
உடையணி பூண்டே உலவிடும் மாதர்
    உவகையில் உள்ளமே இழந்து
நடையினை நிறுத்திக் கடைவிழி சாய்த்து
    நடுத்தெரு நின்றனன், எதிரில்
படையணி வகுத்து வருவதைப் பார்த்துப்
    பாதைவிட டொதுங்கினன் பயத்தால்!

வஞ்சியர் கண்வலை விழுந்தனன், இதயம்
வாரி இழுத்திடும் வண்ணம்
நெஞ்சினை நிமிர்த்திப் பார்வையை எதிரில்
நிறுத்தியே செல்படை வீரர்
அஞ்சுதல் அறியா ஆண்மையை உணர்ந்தே
அதிர்ந்திடும் போதினில் கதிரோன்
மஞ்சட்பொன் னொளியை மன்னவர் தைமூஸ்
மாளிகை முழுவதும் இறைத்தான்.

விழிகளைக் கூசும் பெருஞ்சுடர் வீசி
வெந்திடத் தகித்திடும் கதிரோன்
பொழிலிடைப் புகுந்து குளிர்முகம் அடைந்து
பூரண மதியமாய் மாறி
எழிலொளி வீசி இலங்கிடக் கண்டே
"எப்படி மாறினாய்?" என்றான்.
பொழிலினைக் காட்டி "மன்னர் தைமூஸின்
புதல்வியின் பார்வையால்!" என்றான்.

"கதிரவன் உனையே மதியமாய் மாற்றும்
கண்ணொளி படைத்தவள் முகத்தை
எதிரினில் காணும் வழிஎனக் குளதோ?"
என்றதும் கதிரவன் சிரித்தே,
"அதிபதி தைமூஸ் திருமகள் சுலைகா
அருகினில் நெருங்கலா காதே!
மதிலினைக் கடந்து சோலையின் நடுவில்
மறைந்துநீ காணலாம்" என்றான்.

எழிலைக் கண்டான்

இயல்–12

நீரருவிச் சாரல்விழும் நெடியபசுஞ்
சோலையிலே நெஞ்சி னிக்கும்
பேரமுதச் சுவையூட்டும் இன்னிசையைத்
தோழியர்கள் பெய்து நிற்கச்
சீரழகைக் காட்டுகின்ற யாழிலிசை
மீட்டுகின்ற சுலைகா என்னும்
பேரழகுச் செல்வத்தைப் பெண்வடிவில்
கண்டவனே பிரம்மிப் புற்றான்.

நடைகாட்டி, நகைகாட்டி, நல்லுணர்வு
முகம்காட்டி, நாணம் காட்டிப்
படைகூட்டிப் பகையோட்டும் பார்வேந்தன்
தைமூஸின் பண்பு காட்டிக்
கொடைகாட்டிக் குணம்காட்டி மடமயிலாய்ச்
சேடியர்கள் குலுங்கி யாட
இடையொடிய நடனமிட இசைபாடும்
சுலைகாவின் எழிலைக் கண்டான்.

பிறைநுதலில் மின்னுகின்ற அறிவொளியைக்
கூறுவதோ? பெருமைக் கேற்ற
நிறைமதியின் திருமுகத்தில் நிலவுகின்ற
பெருமிதத்தை நிகழ்த்தப் போமோ?
அருகழைக்கும் கருவிழியின் இதழ்நடத்தும்
சிறுநகையின் அழகைக் கண்டோர்
உருகவைக்கும் பேரெழிலே சுலைகாவாய்
உருவெடுத்தே உதித்த தென்பார்!

ஆடுகின்ற மயிலுமிசை பாடுகின்ற
குயிலுமென அங்கு மிங்கும்
ஓடிவிளை யாடுகின்ற சேடியரில்
சுலைகாவும் ஒன்று சேர்ந்து
சூடுதற்கு நறுமலரைப் பறித்தெடுத்தே
எழில்மாலை தொடுப்ப தற்குக்
கூடியதும் ஒருதோழி நெடுநேரம்
ஆகியதாய்க் குறிப்பிட் டாளே.

என்றைக்கு மில்லாத ஏதேதோ
எண்ணத்தால் என்றன் உள்ளம்
இன்றைக்கே எங்கெங்கோ அலைகின்ற
காரணத்தால் இதுவ ரைக்கும்
சென்றிட்ட நேரத்தை அறியாமல்
நின்றிட்டோம் சேடி யர்காள்!
சென்றிடுவோம், விரைவாகப் புறப்படுவீர்
எனச்சுலைகா செப்பி னாளே.

கிழவியின் கண்டிப்பு

இயல்—13

மின்னுகின்ற பாவையினைச் சூழ்ந்திருக்கும்
கருவிழியாய் மேனி நல்லாள்
பெண்ணரசி சுலைகாவைச் சூழ்ந்துவரும்
தோழியர்கள் பெருமை யோடு
பண்ணிசைக்கச் சுலைகாவும் புன்னகைக்கப்
பெண்வீரர் பாது காக்கக்
கன்னியர்கள் தங்குகின்ற காவல்மிகும்
மாளிகையில் கடிதில் சேர்ந்தார்.

இளவரசி சுலைகாவை இருக்கவைத்தே
உடைமாற்றி இனிமை மிக்கப்
பலஉணவு பரிமாறும் கிழத்தாதி
தோழியரைப் பார்த்துச் சொல்வாள்
"நிலவுபொழி கின்றதெனில் பூங்காவில்
நெடுநேரம் நிற்க லாமோ?
அளவுண்டே அனைத்திற்கும்" எனக்கூறித்
துயில்வதற்கு அனுப்பி வைத்தாள்.

———

கள்ளன் நுழைந்தான்

இயல்-14

கண்சிமிட்டும் தாரகைகள் சூழ்ந்தி ருக்கக்
களைப்பகற்றும் பூங்காற்றுச் சுழன்ற டிக்க
விண்முகட்டின் நடுவினிலே எழுந்த திங்கள்
விழிபறித்தே ஏதேதோ மொழியு ரைக்கப்
பெண்ணரசி சுலைகாவின் இதழின் மின்னும்
புன்னகையால் திங்களொளி மங்கச் செய்து
கண்மலரின் இதழ்குவித்து நகைநி றுத்திக்
கனகமணி மஞ்சத்தே துயிலச் சென்றாள்.

தன்னரசி கண்ணயரச் செல்லக் கண்ட
தாதியரின் தலைவிசிறு சைகை செய்யப்
பொன்னிழையால் நெய்தெடுத்த பட்டுப் போர்வை
போர்த்துதற்கே ஒருதோழி எடுத்து வந்தாள்.
வண்ணஒளி சிந்துகின்ற மயிலி றகால்
வாஞ்சையுடன் மறுதோழி விசிறி நின்றாள்.
இன்னொருத்தி நறும்புகையைச் சுழல விட்டாள்.
எழிலரசி சுலைகாதன் முகம்ம லர்ந்தாள்.

முகம்மலர்ந்த சுலைகாவைத் துயில விட்டு
முறுவலிக்கும் அவள்முகத்தை உற்றுநோக்கி
அகம்மலர்ந்த தோழியர்கள் விலகிச் செல்ல
அனைத்துயிரும் இரவுத்தாய் மடியில் தூங்கிச்
சுகங்காணும் நேரத்தில் விண்மீன் மட்டும்
தூங்காமல் சுலைகாவை நோக்கி நிற்க
நகர்காக்கும் காவலரும் உணர்வி ழக்கும்
நள்ளிரவுக் குளிர்காற்றுத் தவழக் கண்டான்

கருங்குவளைக் கண்மூடிக் கிடந்த அந்தக்
கட்டழகி சுலைகாவின் இதயக் கண்கள்
சுருங்காமல் விழித்தெதையோ கண்டதே போல்
துடிதுடித்துப் பரபரக்க எழுந்து நின்றே
அருகிருக்கும் விளக்கினொளி தூண்டி விட்டே
அப்பாலும் இப்பாலும் சுற்றிப் பார்த்தாள்.
ஒருவருமங் கில்லாமல் இருக்கக் கண்டே
உடல்சிலிர்க்கத் தோழியரை அழைக்க லானாள்.

"யாரங்கே? எல்லோரும் எங்குச் சென்றீர்?
யாரோஓர் கள்வனிங்கு நுழைந்து விட்டான்
பாரங்கே, எங்கேனும் பதுங்கி நிற்பான்!"
பதைபதைக்கும் சுலைகாவின் சப்தம் கேட்டு
"யாரிங்கே துணிச்சலுடன் வந்தான்?" என்று
யாரோஓர் தோழிகுரல் கொடுத்து வந்தாள்.
"பாரிங்கே, பாரங்கே, எங்கும் பாராய்
பார்த்துவிடில் உடன்பிடித்து வாராய்" என்றாள்.

சுலைகாவின் சொற்கேட்டே அங்கு மிங்கும்
சுழன்றோடித் தோழியர்கள் சிலரைக் கூட்டி
கலைக்கூடம், வெளிமாடம், நடன சாலை,
கண்காட்சிப் பொருளில்லம் யாவும் தேடித்
தலைவாசல் வரை வந்தார் அதுவும் மூடித்
தாழிட்டே இருப்பதையும் பார்த்து விட்டு
சுலைகாமுன் னோடிவந்த தோழி யர்கள்
துரிதமுடன் அபாயமணி அடிக்கச் சொன்னார்.

"இதுவேளை அபாயஒலி எழுப்ப வேண்டாம்
எழுப்பிவிடில் காவல்புரி வீர ரெல்லாம்
பொதுவாக மிரண்டோடி வருவார், வந்தும்
போய்விட்ட கள்வனையே பிடிக்கப் போமோ?
பதுங்கிநின்று பிடித்திட்டார் எனினும் என்னைப்
பார்ப்பதற்கும் அனுமதியார் அதுவு மன்றி
வதைத்திடுவார் அவனுடலைச் சிதைத்தொ ழிப்பார்.
வடிவழகன் துயர்படயான் சகியேன்" என்றாள்.

கள்வனுக்கே இரங்குகின்ற சுலைகா நெஞ்சக்
கருத்தினையே அறியாத தோழி யர்கள்
“நள்ளிரவில் கொள்ளையிடும் கள்வ னுக்கா
நாமிரக்கம் காட்டுவது?” என்று கேட்க,
“கள்வனென வந்தாலும் நெஞ்சைக் கொள்ளை
கொள்ளுகின்ற ஆணழகன் அவனைக் கண்டால்
உள்ளமதை நீங்களுமே இழந்து போவீர்
உண்மைஇது!” எனச்சுலைகா உரக்கச் சொன்னாள்.

இளவரசி எண்ணத்தைப் புரிந்து கொள்ள
இவ்வளவு போதாதா தோழி யர்க்கு!
‘கலகலெ’னச் சிரித்திட்டார் குறும்பாய் நோக்கிக்
“கனவுக்காக இத்துணை ஆர்ப் பாட்டம்?” என்றார்.
இளவரசி சுலைகாவோ முகம்சு ழித்து
“எல்லாமும் உண்மையடி; கனவே அன்று!
களவெடுக்க வந்ததுவும், கண்டேன் என்று
கணப்பொழுதில் மறைந்ததுவும் கண்முன்” என்றாள்

“கண்முன்னே கணப்பொழுதில் மறைந்தா னென்றால்
கைதேர்ந்த கள்வனோ?” என் றாளொருத்தி.
இன்னொருத்தி “மந்திரமும் கற்றோ னாக
இருப்பானோ?” எனக்கேட்டாள்; மற்றோர் தோழி
“பெண்ணொருத்தி துயிலுமிடம் துணிந்து செல்வோன்
பெருங்காமக் காதகனாய் இருப்பா” னென்றாள்!
“என்னவென இருந்தாலும் அவனைக் காண
என்னிதயம் விரும்பும்”எனச் சுலைகா சொன்னாள்.

விழிஅழகி சுலைகாவின் விருப்பம் கேட்டு
வியப்புற்றுத் தோழியர்கள் திடுக்கம் கொள்ளக்
கிழத்தாதி அங்குவந்தாள். நடந்த வற்றைக்
கேட்டறிந்தே “அத்தனையும் கனவே!” என்றாள்.
மொழிகேட்ட சுலைகாவோ முகம் சிவந்து
முணுமுணுத்துக் கிழத்தாதி தனைவி ழித்து
“விழியாலே கண்டதற்கும் கனவி னுக்கும்
வேற்றுமைகள் யானறிவேன்!” எனஉ ரைத்தாள்.

"உண்மையிலே கனவன்று நனவே என்றால்
உங்கள்முகம் கண்ட அவன்ஓட மாட்டான்.
அண்மையிலே நெருங்கிவிடுவான் உயிர்போ னாலும்
அழகொளிரும் மலரடியில் வீழ்ந்து சாவான்.
கண்படைத்த துறவியையும் கலங்க வைக்கும்
கட்டழகின் முழுவடிவைக் கண்ட பின்னும்
சென்றுவிட்டான் என்றக்கால் கனவே யாகும்"
தெளிவாகக் கிழத்தாதி விளக்கிச் சொன்னாள்.

"கொண்டவளே தன்கணவன் என்னும் போது
கூடிநிற்போர் அல்லவெனச் சொல்வ தேபோல்
கண்டவளே கனவல்ல என்னும் போது
காணாத நீங்கள்வெறுங் கனவென் கின்றீர்!
மண்டலமே மயங்குகின்ற எழில்ப டைத்த
வடிவழகன் எனைப்பார்த்தான்;நானும் பார்த்தேன்!
உண்மைதான் ஒப்பவிலை எனினும் வீணில்
உபதேசம் செய்யாதீர்!" எனக்க டிந்தாள்.

"ஏதுக்கு இங்கின்னும் நிலையா யுள்ளீர்?
எல்லோரும் சென்றிடுவீர்!" என்றி ரைந்து,
காதுக்குள் சுலைகாவுக் கேதோ சொல்லிக்
கைபிடித்துக் கிழத்தாதி அழைத்துச் சென்றே
ஏதுக்கும் தனிமையிலே இருங்கள், மீண்டும்
இங்கேயவர் வந்தாலும் வரலா" மென்று
தோதுக்குத் தக்கபடிச் சொல்லி விட்டுத்
தோழியரைப் போன்றவளும் பிரிந்து சென்றாள்.

ஏமாற்றம்

இயல்–15

வருவான் வருவான் எனநம்பி
வழிமேல் வைத்த விழிசற்றும்
திருப்பா திருந்தாள் நெடுநேரம்;
திடுமென் றெழுந்து சோலையிடை
ஒருக்கால் இருப்பான் எனஎண்ணி
ஓடிப் பார்த்தாள், மனம்சோர்ந்து
வெறுப்பாய் மஞ்சம் சேர்ந்தாளே!
விழிகள் மூடிச் சாய்ந்தாளே!

படுத்தாள் எனினும், அவளுள்ளம்
படுத்துக் கிடக்க விடவில்லை!
தொடுத்த ஆசை நினைவாலே
துவண்டு புரண்டு களைத்தாளே!
அடுத்து ஏதோ 'சலசல'க்கும்
அரவம் கேட்டே ஆவலுடன்
துடித்தே எழுந்தாள் காற்றல்லால்
சுற்றிலும் ஏதும் காணவில்லை!

ஏக்கம் நிறைந்த சுலைகாவின்
இருவிழி சிவக்கத் துயரூட்டித்
தூக்கமும் அவளைக் கைவிட்டுத்
தொலைந்தது எங்கோ? ஒருகாலை
ஆக்கம் மிகுந்த அவனேதான்
அதையும் கவர்ந்து சென்றனனோ?
நோக்கம் எதையும் சொல்லாமல்
நொடியில் மறைந்ததை நினைவுற்றாள்.

"சொன்னால் மறுப்பாள் எனநம்பிச்
 சொல்லும் துணிவை இழந்தானோ?
பின்னால் வரலாம் எனஎண்ணிப்
 பேசா தகன்று போனானோ?
தன்வாய் மொழியை என்னுள்ளம்
 தாங்கா தென்றே நினைத்தானோ?
கண்வாய் பொத்திக் கிடந்தவளைக்
 கவர்ந்து செல்லவும் பயந்தானோ?"
"கன்னம் வைத்தவன் பொருளெதையும்
 கைப்பற் றாமல் செல்வானோ?
எண்ணம் ஏதும் இல்லாமல்
 இங்கே அவனேன் வரவேண்டும்?
கண்ணும் கண்ணும் பேசியபின்
 கனிவாய்ச் சொற்கள் வேண்டாவோ?
இன்னும் பற்பல எண்ணத்தால்
 இதயம் துடித்தாள் சுலைகாவே!

சோர்ந்து கிடக்கும் சுலைகாவின்
 துயரம் காணச் சகியாமல்
ஊர்ந்து சென்றனள் இரவுத்தாய்!
 ஒளியைப் பெற்றது கீழ்வானம்!
தேர்ந்த முத்தாய்ப் பனித்துளிகள்
 சிரிக்கும் மலரில் மின்னிடவே
பார்த்து வியந்த புள்ளினங்கள்
 பண்ணிசை பாடி மகிழ்ந்தனவே!

தூங்கி எழுந்த தோழியர்கள்
 சுலைகா மஞ்சம் தனைச்சூழ்ந்து
வீங்கி இருக்கும் முகம்கண்டு
 வெகுவாய்த் துயரம் அடைந்தனரே!
ஏங்கி உயர்ந்து தாழ்கின்ற
 எழில்மிகும் சுலைகா மார்பினிலே
தேங்கி அழுத்தும் கொடுந்துன்பம்
 தெரிந்து வருந்தி எழுப்பினரே,

தூக்கத் திருக்கும் தனைநெருங்கித்
துணிவாய் யாரோ எழுப்புவதை
நோக்கத் துணிந்தாள் என்றாலும்
நொடியில் மாற்றி, அவனேதான்
காக்க வந்தான் எனநம்பிக்
கண்கள் மலர்ந்த சுலைகாவைத்
தாக்கப் பாய்ந்தது ஏமாற்றம்
தாதியர் தாங்கிப் பிடித்தனரே!

———

யூசுபின் கனவு

இயல்–16

தூங்கு கின்ற யூசுபின்
சுடர்மு கத்தில் புன்னகை
தேங்கி நிற்கக் கண்டதும்
தந்தை யாக்கூப் சிந்தையில்
ஓங்கி நின்ற இன்பமே
ஒருக ணத்தில் வீழ்ந்திடத்
தூங்கி மீண்ட யூசுபு
துரித மாகக் கூறினார்.

“எந்தை யேஇது வரைக்கும்
என்றும் காணாப் புதுமையாய்
விந்தை யான கனவுகண்டே
விழித்தெ ழுந்தேன்!” என்றனர்.
அந்தச் செய்தி கேட்டதும்
அதிர்ச்சி யுற்ற யாக்கூபு
சிந்தையில் கலக்க மின்றித்
தெளிவாய்ச் சொல்லக் கூறினார்.

“வானம் பூமி ஆழியும்
வனப்பு கொண்டி லங்கிடக்
காணும் என்றன் தோளினில்
கதிரோன் வந்தே அமர்ந்தனன்.
வானு லாவும் மதியமும்
வலிய வந்தென் மடியினில்
தானும் தங்கிக்கொள் வதற்குச்
சம்ம தத்தைக் கேட்டது.”

"பறந்து வந்த தாரகைகள்
 பதினொன் றும்என் பாதத்தில்
சிறந்த முத்தம் தந்தபின்
 சிரங்கு னிந்து நின்றன!
மறைந்து மண்ணில் தங்கிடும்
 மட்டில் லாத செல்வங்கள்
நிறைந்த பேழை கோடிகோடி
 நேரில் வந்து சேர்ந்தன!"

"ஒன்று பத்து நூறென
 ஓடி வந்த மாந்தரில்
என்றும் காணா மன்னரும்
 இருக்கக் கண்டேன்!" என்றிடும்
தன்ன ருமைப்பு தல்வனைத்
 தாவித் தழுவும் யாக்கூபு
"இன்னும் வேறு யாருக்கும்
 இதைச்சொ லாதே!" என்றனர்.

தந்தை வார்த்தை கேட்டதும்
 தயங்கி நின்ற யூசுபு
"சொந்தச் சோதரர் இடத்தும்
 சொல்லல் குற்ற மாகுமோ?"
மைந்தன் வார்த்தை கேட்டதும்
 மனமே நொந்து யாக்கூபு
"எந்த நேரமும் எவர்க்கும்
 இயம்ப லாகா!" தென்றனர்.

தந்தை யாக்கூப் செய்கையில்
 சந்தேகம் கொள்ளா யூசுபு
சொந்த மூத்த மைந்தருக்கும்
 சொல்ல வேண்டா மென்றிடும்
அந்த வார்த்தை கேட்டதும்
 அதனை முழுதும் ஒப்பினர்
இந்தக் கனவி லேதோ மர்மம்
 இருக்க லாமென் றாய்ந்தனர்!

எந்த மர்மம் ஆயினும்
இரண்டு தட்டை நீங்கிடில்
அந்தச் செய்தி அம்பலமாய்
ஆன தென்ற உண்மையைச்
சிந்தையில் நினைத்தி டாமல்
திரையி டவே முயன்றனர்.
அந்தச் செய்தி மறைவி ருந்தே
அறிந்தான் 'ஷம்ஊன்' என்பவன்!

———

(யாக்கூப் (அலைஹி) அவர்களின் முந்திய தாரத்துக்குப் பிறந்த பத்துப் புதல்வர்களில் 'ஷம்ஊன்' 'ரூபில்' 'யஹூதா' 'லாவான்' 'ரூபாலூன்' முதலியவர்கள் மூத்தவர்களாவர்.)

சகோதரப் பகை

இயல்–17

தந்தையர் யாக்கூப் தம்பி யூசுபுடன்
    தனிமையில் பேசுதல் அறிந்து
வந்த 'ஷம் ஊன்' திரைமறைவினி லிருந்து
    வார்த்தைகள் அனைத்தையும் கேட்டுத்
தந்திரமாகத் தந்தையைக் கவரத்
    தம்பி யூசுபுசொல் மாய
மந்திரக் கனவைச் சோதரர்க் குரைத்து
    மாற்றமே தேடிட விரைந்தான்!

தன்னுடைச் சோதரன் 'ரூபிலை' அழைத்துச்
    சகலமும் விளக்கிய 'ஷம்ஊன்'
இன்னமும் 'யஹூதா' 'லாவா' னிடத்தும்
    இரண்டொரு பொய்களும் கலந்து
சொன்னபின் ரூபா லூனையும் அடைந்து
    சோதரர் அனைவரும் சேர்ந்து
சின்னவன் யூசுப் செயலினைத் தடுக்கும்
    திட்டமே வகுத்திட முனைந்தார்!

"சந்திரன் சூரியன் தாரகை அனைத்தும்
    தாளினில் பணிவதாய்ச் சொல்லித்
தந்தையர் யாக்கூப் மதிப்பினில் உயரும்
    தந்திரம் மிகுபயல் யூசுப்

சிந்தையைப் பிளப்பதும் தகு“மென ‘லாவான்’
சீற்றமாய்ச் சாற்றிடும் போதில்
“அந்த வேலை நமக் காகாது” என்றே
அறநெறி கூறினான் ‘யஹூதா.’

சோதரன் ‘யஹூதா’ சொல்லறம் கேட்டுத்
துடிதுடித் தெழுந்தனன் ‘ரூபில்’
“பாதகன் யூசுப் ‘பாதத்தைப் பணியும்
பதினொரு தாரகை’ என்று
சோதரர் நமையே சுட்டினான் அவனின்
துடுக்கினை ஒடுக்குதல் முறையே.
ஆதலா லினியும் பாம்பினுக் கிரங்கல்
ஆகாது” என்றல றினனே!

அலறிடும் ‘ரூபில்’ அருகினில் நின்றே
அனைத்தையும் ‘ரூபாலூன்’ ஏற்றே
“உளறிடும் யூசுப் கனவினை நமக்கும்
உரைத்திட மறுத்தனர் தந்தை
களங்கமே கொண்டா ராதலா லினிமேல்
காரியம் யாவையும் அவர்க்கு
விளங்கிடா வண்ணம் யூசுபைக் கடத்தி
வேதனைப் படுத்துவோம்” என்றான்.

நினைப்பும் நடிப்பும்

இயல்–18

கெட்ட மதியினர், கீழ்மதி கொண்டனர்;
திட்ட மிட்டனர் யூசுபைத் தீர்த்திட
வட்டமிட்டனர் வழிமுறை ஆய்ந்தனர்;
திட்ட வட்டமாய்ச் செயல்படத் துணிந்தனர்!

தம்பியின் நன்மையே தம்முடை நன்மையாய்
நம்புதல் போலவே நடத்திட முனைந்தனர்;
வெம்பகை மறைத்தனர் வெறுத்திடும் யாக்கூபு
தம்பகை வென்றிடத் தம்பியைப் புகழ்ந்தனர்!

மிக்கநல் லன்புடன் மேன்மையாய் யூசுபைப்
பக்கமே பார்த்திடில் பல்லினைக் காட்டுவர்!
துக்கமாய் யூசுபு சோர்ந்திடக் கண்டிடில்
அக்கறை கொண்டவர்க் காறுதல் கூறுவர்!

விந்தையில் விந்தையாய் வெறுப்பினை மறைத்தவர்
சந்ததம் யூசுபைத் தழுவியே மகிழ்ந்தனர்.
மைந்தரின் செய்கையில் மாறுதல் கண்டதும்
சிந்தையில் யாக்கூபு திடுக்கமே கொண்டனர்!

எவ்விதக் களங்கமும் ஏற்றிடார் போன்றவர்
செவ்வையா யூசுபைச் சேர்த்துற வாடினர்.
இவ்விதம் நேசமாய் இணைந்துதம் தந்தையைக்
கவ்விய ஐயமே கடிதினில் களைந்தனர்!

மாசறும் யூசுபின் மாண்புறும் நடத்தையைப்
பேசுவர்; இனித்திடும் பேச்சினைப் புகழுவர்!
தேசுறும் தம்பியின் சிரிப்பெழில் கூறியே
வீசினர் வலையினை; வீழ்த்தினர் தந்தையை!

தூற்றிடு கின்றவர் சூழ்ச்சியைக் காணலாம்
மாற்றியே சொல்பவர் மனநிலை உணரலாம்!
போற்றிடு வோரையும் புன்னகைப் போரையும்
ஏற்றிடு வார்நிலை எய்தினர் யாக்கூபே!

தந்தையைப் போலவே தம்பியூ சுபும்தம்
தந்திப் பொறியினில் தடுக்கியே வீழ்ந்திடச்
சிந்தையின் சதியினைச் சீக்கிரம் தொடங்கிடத்
தந்தையை நெருங்கினர் சோதரர் ஓர்தினம்

என்றுமில் லாததாய் இன்றுதம் ஆடுகள்
நன்றாக மேய்ந்ததை நவின்றனன் ரூபிலே;
குன்றுமே லுலாவிய குள்ள நரியினைக்
கொன்றுதான் மாய்த்ததைக் கூறினன் ஷம்ஊனே!

"இங்குஅல் லாமலிந் நாள்வரை வேறிடம்
எங்கும்செல் லாமலே இங்கேயே! யூசுபு
தங்கியே நிற்கிறான்; தந்தையே ஓர்முறை
எங்களோ டனுப்புவீர்" என்றனர் சோதரர்.

ஓடி யாடாமலே ஓய்ந்து கிடப்பதால்
வாடிப் போகிறான் வனப்புறும் யூசுபு
ஆடு மேய்ந்திடும் அடவிக் கனுப்பிடில்
பாடும் புள்ளினம் பார்த்து மகிழுவான்!

தேங்கனி கள்பல வும்செம் மாதுளைத்
தீங்கனி யும்மேதெ விட்டிட உண்டபின்
நாங்கள் யாவரும் நற்கனி யூசுபைத்
தீங்கு சூழாமல் திரும்பவும் சேர்க்கிறோம்.

(வேறு)

மைந்தரின் அழைப்பை மறுத்தார் யாக்கூப்;
தந்தையின் முடிவைத் தடுத்தார் யூசுப்
"இந்தஓர் நாளே என்னையும் அங்குத்
தந்தையே அனுப்புவீர் தமயன் மாருடன்."

கெஞ்சினார் யூசுப் கேட்டதும் யாக்கூப்
அஞ்சினார் ஆயினும் அனுப்பிட ஒப்பினார்!
"வெஞ்சின ஓநாய் வெகுவாய் இருக்கும்
துஞ்சாது யூசுபைச் சூழ்ந்தே இருப்பீர்!"

என்றார் யாக்கூப் இதயம் களித்து
நன்றென ஒப்பினார், நலமுடன் மீள்வதாய்ச்
சென்றார், சென்ற திசையினை நோக்கி
நின்றார் யாக்கூப்; நெஞ்சினால் வாழ்த்தினார்.

———

சுலைகாவின் துயரம்

இயல்–19

தேய்ந்திடும் நினைவால் வாடிடும் மதியைச்
சூழ்ந்திடும் தாரகை போன்று
பாய்ந்திடும் உணர்வால் பதறிடும் சுலைகா
படுக்கையைச் சூழ்ந்த தோழியர்கள்
காய்ந்திடும் சுலைகா கருவிழி நோக்கிக்
கடுந்துய ரொடுகொடுஞ் சினமும்
தோய்ந்திடக் கண்டு பெருந்திகில் கொண்டு
தோழியர் மௌனமாய் நடந்தார்.

சுந்தர வதனம் சுருங்கிட, நுதலில்
துன்பத்தின் கோடுகள் நெளியச்
சந்திர முகத்தில் சுடுங்கனல் பறக்கத்
தாதிகள் நோக்கிய சுலைகா
“என்றனை மீண்டும் நெருங்கினீர் என்றால்
என்னதான் நடக்குமோ அறியேன்!
சொந்தஎன் வழியில் குறுக்கிட யாரும்
துணிந்திடில் துயர்மிகும்” என்றாள்.

மன்னவர் தைமூஸ் திருமகள் சுலைகா
வார்த்தையைத் தோழியர் கேட்டே
இன்னமும் இதனை அரசர்க்கு இயம்பா
திருப்பது தவறெனத் தேர்ந்து
சென்றனர் நேரே வேந்தரின் சமூகம்.
சுலைகாவோ, தனிமையை வரித்து
நின்றனள் அங்கே கிழத்தாதி நுழைந்து
நிலைத்துள அமைதியைக் கலைத்தாள்.

“பெண்களின் வனப்பிற் குவமையாய் அமையும்
பேரெழில் திரண்டொரு உருவாய்க்
கண்களைக் கவர்ந்து கருத்தினில் நிறைந்து
காண்பவர் கேட்பவர் எவரும்
திண்ணமாய் மயங்கச் செய்திடும் உங்கள்
சிந்தையைப் பிசைந்திடக் கனவில்
மன்னவர் எவர்தாம் வந்தனர்? மயக்கி
மறைந்தவர் பெயரென்ன?” என்றாள்.

தன்னையே வளர்த்த கிழவியின் கேள்வி
தடுத்திட இயலாத சுலைகா
“கண்களை நோக்கிக் கருத்தையும் கலக்கிக்
கபடமாய் மயக்கிய அவனை
முன்னமே எங்கும் கண்டது மில்லை
முதல்முறை யாகவே வந்தே
என்னிடம் தனது இருப்பிடம், பெயரை
இயம்பாது சென்றனன்” என்றாள்.

இருப்பிடம், பெயரோ அறியாத அவனுக்
கேங்கியே நிற்பது முறையோ?
விருப்புடை யோனாய் வந்தவ னானால்
மீண்டும் மீண்டும் வருவானே.
பொறுப்புடை யோனாய் வந்தவ னானால்
புகுந்தபின் மறைந்திருப் பானா?
வெறுப்பதற் குரியோன அவன்நினை வழிக்க
வெகுவாக வேண்டினாள் கிழவி.

என்னிளம் நெஞ்சை இருப்பிட மாக
ஏற்றபின் இன்னொரு இடத்தைத்
தன்னுடை இல்லம் என்றுரைப் பானோ?
சாற்றிடில் அதுதவ றலவோ?
“உன்னிடம் அவன்பெய ரிருப்பிடம் தேட
உரைத்தது போலவே இனியும்
என்னிடம் ஏதும் கூறிட வேண்டாம்
“ஏகுக” என்றனள் சுலைகா.

"எத்தனை நாட்கள் எத்தனை திங்கள்
இப்படி ஏங்குவ?" தென்றாள்,
எத்தனை காலம் ஏங்கினும் உனக்கு
என்னவோ?" என்றனள் சுலைகா.

இத்தனை ஆண்டும் இப்படித் தன்னை
எதிர்த்திடாச் சுலைகாவின் வார்த்தை
அத்தனை யும்அவ னாசையின் விளைவென்
றறிந்தகன் றாள்கிழத் தாதி!

———

யூசுப் எங்கே?

இயல்–20

நெற்றிக்கே நேர்கி ழக்கில்
    கதிரவன் நின்ற போது
நற்றவச் செல்வன் தன்னை
    அடவிக்கு நடத்திச் செல்ல
முற்றிலும் ஏற்ற யாக்கூப்
    உச்சியில் வெய்யோன் நின்று
சுற்றிலும் வெப்பக் காற்றைச்
    சுழற்றிடச் சிந்தை வெந்தார்!

காலையில் சென்ற மைந்தர்
    கடும்பகல் கடத்திவிட்டே
மாலையில் திரும்ப லாகும்
    என்பதை மறந்த தேபோல்
சோலையும் பாலை யாகச்
    சுட்டெரிக் கின்ற வெப்ப
வேளையில் யூசுப் மேனி
    வேகுமே எனப்ப யந்தார்.

பதறிடும் யாக்கூப் நெஞ்சப்
    பயத்தினை அகற்று தல்போல்
கதறிடத் தகிக்கும் வெப்பக்
    கதிரவன் முகம் மறைக்கச்
சிதறிய மேகம் ஒன்றாய்த்
    திரண்டிடக் கண்டு வெய்யோன்
பதறியே மேற்கி லோடிப்
    பதுங்கினான் முகம்சி வந்தான்.

மாலையும் மெல்லத் தேய்ந்து
    மங்கிடக் கண்ட யாக்கூப்
சோலையைக் கடந்து மைந்தர்
    சென்றுள அடவிக் கேகும்
சாலையின் முனையில் நின்று
    தனிமையில் மனம்த விக்கும்
வேளையில் எதிரில் யாரோ
    வேகமாய் வருதல் கண்டார்.

வந்தவர் முன்னால் சென்று
    வழியினில் நீங்கள் யாரும்
எந்தனின் மைந்தர் தம்மை
    எங்கேனும் கண்ட துண்டோ?
சிந்தையே கலங்கி யாக்கூப்
    திகிலுடன் கேட்க அன்னோர்
"மைந்தரோ மற்றும் யாரோ
    வழியினில் காணோ" மென்றார்.

இருளிடை நின்ற யாக்கூப்
    இதயமும் இருளக் கண்கள்
மருண்டிட வானை நோக்கி
    மக்களின் நன்மைக் காக
இருகரம் விரித்து ஏக
    இறைவனை வேண்டி நெஞ்சம்
உருகினார்; மின்னல் வெட்டி
    உறுமிய திருண்ட வானம்!

நெளிந்திடும் மின்னல் ரேகை
    ஒளியினில் நெடுந்தூ ரத்தில்
தெளிவுடன் பலரைக் கண்டு
    சிந்தையில் அமைதி கொண்டு
களிப்புடன் "யூசுப்" என்று
    கதறினார் மீண்டும், மீண்டும்!
ஒளிமிகும் விண்மீன் ஒன்றே
    உதிர்ந்தது அதிர்ந்தார் யாக்கூப்.

கிழக்கினில் நரிகள் ஓலம்
    கேட்டது தெற்கில் ஓநாய்
முழக்கிட, வடக்கி ருக்கும்
    மொட்டைமா மரத்தி ருந்து
பழக்கமாய் ஆந்தை ஒன்று
    பயங்கரக் குரல்எ ழுப்ப
வழக்கமாய் "யூசுப்" என்று
    வாய்விட்டே அலற லானார்.

அருகினில் நெருங்கி விட்ட
    அவர்களில் 'ஷம்ஊன்' என்போன்
இருளினில் தந்தை சப்தம்
    எழுவதைக் கேட்டுத் துன்பம்
பெருகிடும் குரல்கொ டுத்தான்
    பெரியவன் ரூபில்' பாய்ந்தே
அருகினில் வந்து யாக்கூப்
    அடிவீழ்ந் தரற்ற லானான்.

கண்ணுதிர்க் கின்ற நீரைக்
    கரங்களால் துடைத்த வாறே
ஒன்றும்பே சாது நிற்கும்
    ஒவ்வொரு மைந்த ராகச்
சென்றுபார்த் திட்ட யாக்கூப்
    திடுக்கத்தால் குரல்ந டுங்க
"என்னுயிர்ச் செல்வ மான
    யூசுபு எங்கே?" என்றார்.

துடித்திடும் தந்தை நோக்கித்
    துயருடன் 'ரூபில்' தொண்டை
அடைத்திட நடுங்கி "ஓநாய்
    அழகுறும் யூசுப் தன்னைத்
துடித்திடக் கடித்துக் கொன்று
    தூக்கியே சென்ற தென்றான்;
வெடித்தது பூமி, வானம்
    வீழ்ந்தது யாக்கூப் கண்ணில்.

“கடித்திடும் வரையும் நீங்கள்
கைகட்டி நின்று யூசுப்
துடித்திடக் கண்ணால் காணும்
துணிச்சலெவ் வாறு பெற்றீர்...”
முடித்திட வில்லை யாக்கூப்
முந்தினான் ‘ரூபில்’ “நாங்கள்
பிடித்திட முயன்றோம் ஓநாய்
பிளந்தது யூசுப் நெஞ்சை!”

“பார்த்திடச் சகித்தி டாமல்
பதறியே விழிகள் பொத்தி
வேர்த்திட நின்றோம் யூசுப்
வீரிட்டு உயிர்து றக்க
நேரினில் கண்டு யாங்கள்
நிலைகுலைந் திருக்க ஓநாய்
சீறியே பாய்ந்தி ழுத்துச்
சென்றது’ என்று சொன்னான்!

“எழில்மிகும் தம்பி யூசுப்
இன்னுடல் கடித்த ஓநாய்
கிழித்தெறிந் திட்ட சட்டை
கிடந்தது எடுத்து வந்தோம்.”
மொழிந்த ‘ஷம்ஊன்!’ அதையே
கொடுத்தனன், முகத்தை மூடி
விழுந்தனர் யாக்கூப், தூக்கி
விரைவினில் இல்லம் சேர்த்தார்.

சுலைகாவின் நம்பிக்கை

இயல்–21

காலத்தின் இருவிழியின் இமைப்பாய்த் தோன்றும்
கணக்கற்ற இரவுபகல் காத்து நிற்கும்
ஞாலத்தின் பேரழகி சுலைகா அன்றும்
நள்ளிரவு வரையினிலும் தனித்தி ருக்கச்
சீலத்தின் பேரரசன் தைமூஸ் அங்கே
திரைமறைவில் நின்றிருப்ப தறிந்தி டாமல்
வேலொத்த விழிமூடி மனக்கண் முன்னே
வீற்றிருக்கும் ஆணழகன் நோக்கிச் சொல்வாள்.

"நானாக அழைக்காமல் வலிய வந்து
நள்ளிரவில் உள்ளத்தைக் கொள்ளை கொண்டு
நானாக விரட்டாம லிருக்கும் போது
நாடாள்வோன் மகளென்ற அச்சத் தாலே
தானாக வந்ததுபோல் உடன்ம றைந்து
தனிமையினில் துடிதுடித்துத் தவிக்கச் செய்து
வீணாக எதற்கென்னை வருத்த வேண்டும்
விளம்பிடுவீர்" எனக்கண்ணீர் சுரக்கக் கேட்டாள்.

"கன்னங்கள் வழியுருண்டு உடையும் என்றன்
கண்ணீரின் முத்துக்கள் கண்ட பின்னும்
உன்னுள்ளம் இளகாம லிருப்ப தென்றால்
'உலகத்து அரக்கரது தலைவ னாநீ?
பெண்ணுள்ளம் படும்பாட்டை அறிந்தி டாமல்
பேசாமல் நிற்கின்றாய் இனியும் நின்றால்
என்னுள்ளம் தாங்காது வெடித்துப் போகும்
இதுதானும் எண்ணமதோ?" என்று கேட்டாள்.

அலைமோதும் இளம்நெஞ்சில் நிறைந்த நீயே
அச்சமின்றி என்னருகில் வருவ தற்குத்
தலைவாசல் திறந்துவைத்துக் காவல் போக்கிக்
தாதியரை உமையழைத்து வழியும் காட்ட
நிலையோரம் பலநாட்கள் நிற்க வைத்தேன்.
நீள்விழியும் நீர்சுரக்க எனைஏ மாற்றிக்
குலையாத நெஞ்சுறுதி குலைத்தே ஆசைக்
கொடுந்தீயில் எனைத்தள்ளிக் கருகச் செய்தாய்.

கணப்பொழுதும் மறவாது கண்ணீர் சிந்திக்
கருத்தழிந்து நான்வருந்த விரும்பிட் டாயோ?
மனப்பொருத்த மில்லையென்று மலைத்திட் டாயோ?
வஞ்சகிகள் கண்விலையில் விழுந்திட் டாயோ?
எனதருகில் வரும்உமையே தடுப்பார் யாரும்
இல்லையென்ப தறியாமல் இருந்திட் டாயோ?
மனம்விட்டு வாய்திறந்து எதற்கு என்று
மறைக்காமல் சொல்லிடுவீர்" என்று கேட்டாள்.

விண்ணகத்தே ஒளிப்பிழம்பாய் அமர்ந்திட் டீரோ?
விரிகடலின் அலைமடியில் துயின்றிட் டீரோ?
வண்ணமலர்ப் புன்னகையின் அழகு தன்னில்
வரும்வழியில் மனம்மயங்கி நின்றிட் டீரோ?
மண்ணகத்தே மறைந்திருக்கும் வைரம் போன்று
மாசற்ற இதயத்தில் ஒளிபரப்பி
என்னகத்தை நின்னகமாய் ஆக்கி விட்டு
எதற்காகப் பயந்தோட வேண்டு" மென்றாள்.

இத்தனைக்கும் யாதொன்றும் பதில்சொல் லாது
எதிரினிலே காணுகின்ற அவனைப் பார்த்துக்
"கத்துகிறேன் அத்தனையும் செவியி லேற்றுக்
கற்சிலையாய் நிற்கின்றாய்! வாய்தி றந்தால்
முத்துதிர்ந்து போகுமென அதரம் சேர்த்து
மூடினையோ? இல்லைமுழுச் செவிடோ? அன்றி
எத்தினமும் வாய்பேசா ஊமை தாமோ?
எப்படிநீ இருந்தாலும் ஏற்பேன்!" என்றாள்.

அருகினிலே காலடியின் அரவம் கேட்டு
அவனேதான் தனைநெருங்கித் துயர்து டைக்க
வருகிறான் எனநினைத்த சுலைகா நெஞ்சில்
வகைவகையாய்ப் பல்லுணர்வும் பொங்கிப் பாய
ஒருகணத்தில் விழிதிறந்தாள் தந்தை கண்டாள்.
ஓவென்று கதறியவர் காலில் வீழ்ந்தாள்.
பெருகிவரும் கண்ணீரில் மிதக்கும் துன்பம்
பேரழகி படுந்துயரைச் சொல்ல லாச்சு!

திருமகளார் சுலைகாவின் நிலையைக் கண்டு
சிந்தையினில் பெருந்துயரம் கொண்ட தைமூஸ்
ஒருநொடியில் வாரிஎடுத் துச்சி மோந்தே
ஒளியிழந்த அவள்விழியை உற்று நோக்கி
"அருமைமிகும் திருமகளே! உனக்கு நேர்ந்த
அத்தனையும் யானறிவேன்! நீவி ரும்பும்
பெருமைபெறும் அவனெங்கே இருந்த போதும்
பிடித்துவரச் செய்கின்றேன், அஞ்சேல்!" என்றார்.

"அவனுடைய இருப்பிடத்தைப் பெயரை யேனும்
அறிந்திருந்தால் ஒரு நொடியில் கொண்டுசேர்ப்பேன்
அவனுடைய அடையாளம் ஏதும் சொன்னால்
அதைக்கொண்டே பிடித்துவரச் செய்யக் கூடும்.
கவலைவிடு கண்மணியே!" என்றார் தைமூஸ்
கண்மூடி நாணத்தால் முகங்க விழ்த்துப்
பவளஇதழ் நகைஔிர மௌனம் காத்தாள்.
பாங்கியரை அழைத்துவிட்டு நகர்ந்தார் தைமூஸ்.

தாங்காத பெருஞ்சுமையைப் பிஞ்சு நெஞ்சில்
தாங்கும்படிச் செய்திட்ட அவனை எண்ணித்
தூங்காத சுலைகாவைச் சுற்றி நின்ற
தோழியர்கள், "இளவரசி நினைவை விட்டும்
நீங்காத பெரும்பேறு பெற்ற அந்த
நிகரற்ற பாக்கியவான் அடையா ளத்தைப்
பாங்கியர்க்கே சொல்லிடுவீர்!" என்று கேட்கப்
பஞ்சணையில் அமர்ந்தபடிச் சுலைகா சொல்வாள்.

"காந்தமெனக் கவருகின்ற கடைக்கண் வீச்சு.
கடும்பகையும் அஞ்சுகின்ற தடந்தோள், உண்மைச்
சாந்தமிகும் எழில்வதனம், கருணை பொங்கித்
தவழுகின்ற கருவிழிகள், அகன்ற நெற்றி,
பாந்தமிகும் விற்புருவம், நிமிர்ந்த நெஞ்சும்
பார்த்திட்டேன்; இவையன்றி ஏதோ ஒன்றைக்
காந்தனவன் பெற்றுள்ளான் அதையான் காணேன்
கடவுளருட் பேரொளியென் றெண்ணு கின்றேன்.

இவையன்றி இன்னும்ஏதும் சொல்வ தென்றால்
இவ்வுலக அழகெல்லாம் ஒன்று சேர்ந்தே
அவனாக உருப்பெற்று வந்த தென்பேன்;
அடையாளம் இவையன்றி வேறு காணேன்
எவனேனும் இவ்வாறு காணப் பெற்றால்
என்னிடத்தில் சேர்த்திடுவீர்; தந்தை யர்க்கும்
கவனமுடன் அடையாளம் சொல்வீர்" என்றான்
கண்காட்டித் தோழியர்கள் நகைக்க லானார்.

"சிரிக்கின்ற தெதற்" கென்ற சுலைகா வுக்குத்
தெளிவூட்டக் கிழத்தாதி விளக்கிச் சொல்வாள்
"அறிவுடைய இளவரசி! கனவி லோநாம்
அமுதுண்ணக் கண்டதனால் பசியே போமோ?
வறியவர்கள் அரசுசெய்யக் கனவு கண்டால்
வாய்த்திடுமோ? ஆய்ந்திடுவீர்!" என்றாள், கேட்டு
"பரிவுடைய அவரெனக்கே நான வர்க்கே!
பலித்துவிடும் என்கன" வென்றாள் சுலைகா.

பாய்ந்துவரும் காதற்கணை தடுப்ப தற்குப்
பகுத்தறிவுக் கேடயத்தால் ஆகா தென்றே
ஆய்ந்துணர்ந்த கிழத்தாதி சுலைகா நோக்கி
"அப்படியே நும்கனவு பலித்தி டட்டும்!
சாய்ந்திடுவீர்; சற்றேனும் சயனம் கொள்வீர்!
தாதியர்கள் தக்கபணி செய்வர்!" என்றாள்
"போய்விடுவீர் எல்லோரும், அவனே இன்று
புலர்ந்திடுமுன் வந்தாலும் வரலா" மென்றாள்.

சுலைகாவின் உறுதிமிகும் வார்த்தை கேட்ட
    தோழியர்கள் அப்படியே விலகிச் சென்று
'குலையாத நம்பிக்கை வெற்றி கொள்ளக்
    கூடு'மென்ற முதியவர்சொல் நினைவு கூர்ந்து
நிலையாக நின்றிருந்தார் அங்கு மிங்கும்,
    நெஞ்சில்சுமை யற்றவளாய்ச் சுலைகா தூங்க
அலைமோதும் பல்லுணர்வு முகத்தில் தோன்றி
    அழகுசெய்யும் புதுமையினைக் கண்டார் நின்றோர்.

மீண்டும் வந்தான்!

இயல்–22

ஒருமுறை தன்முகம் உற்று நோக்கிய
திருநிறை காதலன் திரும்பத் தன்னிடம்
வருவதை நம்பியே வாழ்ந்தவ ளருகினில்
திரும்பவும் தோன்றினார்; தெளிவுடன் நோக்கினால்!

அன்றுபோ லின்றவர் அழகினில் மாறுதல்
ஒன்றுமே கண்டிடா துவகையே பூத்தனள்!
என்றுமே பிரிந்திடா திணைந்தவ ருடனவள்
ஒன்றியே வாழ்ந்திட உறுதியே பூண்டனள்!

பாய்ந்துடன் சென்றவர் பாதங்கள் பற்றியே
சாய்ந்துடல் வீழ்ந்தனள், சவமென அவரடி
ஓய்ந்தவள் கிடந்தனள்; உள்ளமே உணர்ச்சியில்
தோய்ந்தவள் துவண்டிடத் தூக்கியே நிறுத்தினார்.

“ஆண்டினைக் கடத்தியே அடுத்து வந்திடத்
தோன்றிய தோ?”எனத் துணிந்து கேட்டபின்
“மீண்டெனைப் பிரிந்திட விரும்பி னீரெனில்
மாண்டிட விரும்புவேன் மறந்திடேல் மன்னவ!”

“அண்ணலே நின்முகம் அன்று கண்டபின்
உண்ணவோ உறங்கவோ உள்ளம் மறுத்தது.
திண்ணமாய்த் திரும்புவீர் என்றஎன் சிந்தையை
உண்மையாய் நம்பினேன் உறுதி காத்தனை!”

"பாங்கியர் நகைத்திடப் பஞ்சணை வதைத்திட
ஏங்கிய இரவுகள் எண்ணவும் கூடுமோ?
தூங்கிய போதிலும் தோன்றலே நின்முகம்
நீங்கிய தில்லையே! நெருங்குவீர்" என்றனள்.

நெஞ்சினைக் கவர்ந்தெனை நீங்கிய தன்றியும்
வஞ்சமாய் என்மன வலிமையும், பொறுமையும்
வெஞ்சம ரின்றியே வீழ்த்திநீ சென்றனை
தஞ்சமென் றடுத்திடில் தாக்குதல் நீதியோ?

பாய்ந்திடும் வேங்கையின் பார்வையிற் பட்டமான்
ஓய்ந்துடல் குன்றிடும் உண்மைபோ லென்முகம்
ஆய்ந்தநும் பார்வையில் அனைத்தையும் இழந்தெனைச்
சாய்ந்திடச் செய்தநீ தனிமையும் தருவதோ?

ஆறுதல் காட்டிட ஆயிரம் தோழியர்
கூறுதல் யாவையும் கூர்விழிச் சுடரினால்
வீறுடன் சுட்டெனை விரும்பிடச் செய்தனை
தேறுதல் நீயலால் தெய்வமும் அல்லவே!

என்னிளம் நெஞ்சகம் இலங்கிடச் செய்தநின்
கண்ணொளி இன்றெனைக் கலங்கிடச் செய்வதோ?
மின்னொளி போல்முகம் மிளிர்ந்திடத் தோன்றியே
பின்னொளிந் தோடுதல் பெருந்தகைக் கேற்றதோ?

விண்ணவர் மன்னவர் வெற்றிகொள் வீரரும்
பெண்ணெழிற் புன்னகை பெற்றிட நாடுவர்
என்னிரு விழிகளின் இரத்தநீர்த் துளிகளை
உன்னிரு விழிகளும் உவப்பது விந்தையே!

கிட்டவே வந்தபின் கெஞ்சிடும் என்றனின்
வட்டமா மதிமுகம் வாடிடச் செய்வதோ?
இட்டமோ, இல்லையோ! என்னதான் நின்மனத்
திட்டமோ அறிந்திலேன் செம்மலே சொல்லுவீர்!

பெண்ணிடம் பேசுதல் பிழையென நினைத்தையோ?
என்னிடம் பேசுதற் கெதுவுமே இல்லையோ?
கண்ணிடம் பேசியே கருத்தினை விளக்கிட
எண்ணிடும் நின்திறன் என்றனுக் கில்லையே!

கானகம் வதிந்திடும் கடுந்தவத் துறவியோ?
வானவர்க் கதிபனோ வையக வேந்தனோ?
தானவன் அருளொளி தங்கிடும் தூதனோ?
தேனெழும் வார்த்தையில் செப்புவாய் குரிசிலே!

என்மொழி அறிந்திடா திருக்கிறாய் என்றிடில்
நின்மொழி ஏதிலும் நினைப்பினை நிகழ்த்துவாய்
உன்மொழி உணர்ச்சியில் உணர்ந்திடக் கூடுமேல்
என்விழி பூத்திடும் எண்ணமும் புரிந்திடும்.

கத்திடும் பெண்ணெனைக் கண்டும்நின் வாயினைப்
பொத்திடும் மர்மமே புரிந்திலேன்! மௌனமே
பத்தியம் கொண்டெனைப் பார்க்கவந் திடுவதோ?
சத்தியம் செய்கிறேன் சற்றுநீர் பேசுவீர்

எத்தனை சொல்வது இன்னுமென் செய்வது?
இத்தனை வேண்டியும் இரங்கிடாத் தங்களுக்
கத்தனை அழகையும் அளித்தவன் அன்பினைச்
சுத்தமாய் மறுத்ததென் துயரினுக் காகவோ?

சிறந்திடும் பேரெழில் சிந்துமா ணிக்கமே
பிறந்தநின் சுரங்கமோ புகுந்ததெம் முடியிலோ?
பிறந்தநின் குலத்தையும் பெற்றபொன் னாட்டையும்
மறந்தனை யோ?இலை மறைத்திட விருப்பமோ?

பசித்தவள் துடிக்கிறாள்; பார்த்துநீ ரசிக்கிறாய்!
புசித்திட வேண்டிடில் புன்னகை பூக்கிறாய்
விசித்திர இளைஞனாய் வெகுண்டிடும் வள்ளலே
பசித்திடும் என்முகம் பார்த்திட அச்சமோ?

வெடித்திடத் தக்கதாய் விம்மிடும் நெஞ்சினில்
துடித்திடும் துயரினைச் சுலைகாவின் நாவுகள்
வடித்திடக் கண்டவர் வாஞ்சையாய் நோக்கினார்
பிடித்தனள் அவர்கரம், பேசினார் அழகரே.

"பெண்குலத் திலகமே! பேரெழிற் செல்வமே!
உன்முகத் தாமரை உவகையில் பூத்திட
விண்முகப் பரிதிநான், விரிகதிர்ச் சுடரும்நீ
என்றிறை அமைத்திடில் எனக்கது மகிழ்ச்சியே."

"பெருகிடும் உணர்ச்சியால் பேசிடும் மதியமே
உருகிடச் செய்தெனை; உன்வச மாக்கினை
உறுதியில் நிலைத்திடு, உணர்ச்சியை அடக்கிடு
இறுதியில் உனக்குநான் எனக்குநீ ஆகலாம்!"

"எண்ணமே வாழ்வது இழிந்திடில் தாழ்வெனத்
திண்ணமாய் நம்பிடு திடமனம் பெற்றிடு
உண்மையாய்ச் சொல்லிடில் உன்மனம் போலவே
என்மன முன்னையே ஏற்றது!" என்றனர்.

காதலன் வார்த்தையைக் கவனமாய்க் கேட்டதும்
மாதவம் பலித்ததாய் மகிழ்ந்தவள் அவனிரு
பாதமே வீழ்ந்தவள் பற்றினாள்; படுக்கையின்
பாதமே கிடைத்தது; பதறியே விழித்தனள்!

அதுவரை நடந்தவை அனைத்துமே கனவென
வெதும்பிய சுலைகா விரைவினி லுணர்ந்தனன்
இதுவரை மறைவினில் இருந்த தோழியர்
அதிவிரை வாகவே அருகினில் கூடினர்!

சுலைகாவின் புலம்பல்:

"கண்ணிலே கருத்தி லேஎன்
கனவிலே வந்து மீண்டும்
விண்ணிலே பாய்ந்து செல்லும்
வித்தையே காட்டு கின்ற
அண்ணலே அழகி னாலென்
அகம்புகுந் தாட்சி செய்யும்
உன்னிலே என்னைச் சேர்க்க
ஒப்பிடா தென்னே?" என்றாள்.

இறைவனை வேண்டல்:

துய்யனே இறைவ னேஎன்
துயர்முகம் கண்ட பின்னும்
ஐயனே, அழக னேஎன்
அன்பதைச் சொன்ன பின்னும்

பொய்யனாய் மறைந்தே என்றன்
    புலனெலாம் துடிக்கச் செய்து
மெய்யனே காதல் நெஞ்சம்
    வெந்திடச் செய்வ தென்னே?

தோழியர்க்குச் சொல்லல்:

சேடியே அவனே இங்கென்
    திருமுகம் காண வந்தான்;
ஓடியே காலில் வீழ்ந்தே
    உவந்திட வேண்டி நின்றேன்;
"கூடியே வாழ்வோ" மென்று
    கூறினான் மகிழ்வு கொண்டேன்;
வாடியே தவிக்க விட்டே
    ஓடியே மறைந்திட் டானே!

சொன்னதும் செய்ததும்:

"உறுதியில் நிலைக்க'ச் சொல்லி
    'உணர்ச்சியை அடக்க'க் கூறி
'இறுதியில் உனக்கு நானாய்
    எனக்குநீ யாவாய்' என்று
குருதியில் ஆசைத் தீயைக்
    கொழுந்திடத் தூண்டி விட்டுச்
சுருதிசெய் இதய யாழின
    நரம்பையும் சுண்டிச் சென்றான்.

தன் அழகை இகழ்தல்:

உண்மையாய் அவனோ டென்னை
    ஒப்பியே நோக்கு தற்கே
ஒன்றுமே அடைந்தே னில்லை;
    உயிர்வதை அடைதற் கென்றே
என்னையே படைத்து விட்ட
    இறைவனோ அவனுக் கேற்ற
வன்மையாய் அழகெ னக்கே
    வழங்கிட மறந்திட் டானே!

கண்களைக் கண்டித்தல்:

“என்னையே எதும்கே ளாதே
எதிர்வந்த அவனை நோக்கி
புண்பட வருத்தி, நெஞ்சில்
புரையோ டச்செய்து விட்ட
கண்களே உங்கள் குற்றம்
கொடிதிலும் கொடிதே! நீங்கள்
என்றுமே அவனை எண்ணி
ஏங்கியே அழுவீர்!” என்றாள்.

தன்னையே வதைத்தல்:

நெற்றியில் அறைந்து, மின்னி
நெளிந்தி டும்கருங் குழலைப்
பற்றியே பிய்த்தெ றிந்தாள்
பவளவாய் இதழ்க டித்தாள்
சுற்றிலும் நின்றி ருந்த
தோழியர் மன்ன வர்க்கு
முற்றிலும் சொல்லச் சென்றார்,
முதுகிழத் தாதி வந்தாள்!

கிழவியின் போதனை:

கதறியே புலம்பு கின்ற
சுலைகாவின் கரங்கள் பற்றிப்
பதறியே கிழவி சொல்வாள்
“பார்புகழ் மன்னர் தைமூஸ்
புதல்வியே மனங்க வர்ந்து
போய்விட் டஅவன் நினைவை
உதறியே அமைதி யாக
உறங்கியே துன்பம் வெல்வீர்!”

சுலைகாவின் பதில்:

கெஞ்சியே வேண்டு கின்ற
கிழவியின் வார்த்தை கேட்டுத்
“துஞ்சினேன் அந்நே ரத்தே
தோன்றிய அவன்தான் என்னைப்

பஞ்சணை நீக்கித் தன்னைப்
   பணிந்திடச் செய்து 'என்றும்
அஞ்சிடேல்' என்று ரைத்தென்
   உறக்கமும் அழித்தான்" என்றாள்.

பரிசு அறிவித்தல்:

"உள்ளமும் உணர்ச்சி யும்என்
   உறக்கமும் கொள்ளை கொண்ட
கள்வனைப் பிடித்து வந்தென்
   காலடி நிறுத்து கின்ற
வல்லவர் எதைக்கேட் டாலும்
   வழங்குவே னென்றே எங்கும்
சொல்லு வீ"ரெனச் சுலைகா
   சொல்கையில் தைமூஸ் வந்தார்.

தைமூஸ் உறுதி கூறல்:

"சுற்றிலும் அவனைத் தேடித்
   துரிதமாய்ப் பிடிப்ப தற்கு
வெற்றிகொள் நமது வீரர்
   விரைந்துளார், நான்கு திக்கும்
ஒற்றரும் அனுப்பி யுள்ளேன்
   உறுதியாய்க் கொண்டு சேர்ப்பார்.
சற்றுநீ துயில்வாய்" என்று
   சாற்றினார் தைமூஸ் மன்னர்.

யாக்கூபின் நிலை

இயல்–23

“கண்ணின் மணியே, என்னுயிரே
கருணை பொழியும் விண்ணமுதே,
பொன்னின் ஒளியே, புத்துணர்வே
பொங்கச் செய்யும் என்மகனே!
உன்னைப் பிரியும் முன்னாலென்
உயிரைப் பிரிந்தால் ஒருதுயரும்
என்னை வருத்தா திருந்திடுமே
எவ்வா றுன்னை மறந்திடுவேன்?

அள்ளி அணைக்கும் காலத்தே
அன்னை இழந்தும் உயிர்வாழ்ந்தாய்,
பள்ளிக் கனுப்பும் பருவத்தே
பக்கத் திருந்தே உனைக்காத்தேன்,
துள்ளித் திரியும் பகைஓநாய்
சூழ்ந்து நிற்பதை அறியாமல்
செல்வேன் அடவிக் கெனச்சென்று
திரும்பாச் சுவர்க்கம் சேர்ந்தாயோ?

அன்பே நிறையும் நின்முகத்தை
அழகே மிகுந்த பொன்னுடலைக்
கண்டே இரக்க மில்லாமல்
கடிக்கத் துணிந்தது ஓநாயோ?
பண்பே அறியாக் கொலைஞர்களும்
பார்த்தால் பாதம் பணிவாரே
கண்ணே யூசுப் உன்னுயிரைக்
காலனும் கவரத் தயங்குவனே!

'கண்ணின் இமையாய் அண்ணன்மார்
காப்பார்' என்றாள் உனதன்னை
'என்னிலும் மேலாய் உன்தந்தை
இனிதே வளர்ப்பார்' என்றாளே.
உன்னிலும் மேலாய் உலகத்தே
உயிரும் மதியா திருந்தேனே.
என்னிலை அறிந்தே இறையோனும்
ஏமாற் றினனோ அறியேனே.

அதிகம் எதையும் விரும்புவதால்
அதனால் நேரும் கொடுந்துன்பம்
அதிகம் என்பதை அறியாமல்
அனைத்தும் நீயாய் நினைத்தேனே.
விதியோ விளைந்த சதியோதான்
வெற்றி கொண்டெனை வீழ்த்தியதே
மதியும் விதியைப் பணிந்ததுவோ
மகனே?" என்றார் யாக்கூபே.

வருந்தித் துடித்த தந்தையரின்
வாட்டம் அகற்ற மைந்தரெலாம்
வருந்திக் கண்ணீர் வடித்தார்கள்.
"வல்லோன் வகுத்த விதிப்படியே
அருமைத் தம்பி யூசுபை
அணுகிக் கொன்றது ஓநாயே.
பெருமைக் குரிய தந்தையரே
பிழையாம் அறியோம்" என்றனரே.

கொன்றது ஓநாய் என்றதுமே
குமுறி எழுந்த யாக்கூபு
"கொன்றது ஓநாய் உண்மையெனில்
கொண்டே வருவீர் அதை"யென்றார்
"தின்றஅவ் வோனாய் கிடைத்திடுமோ!
தெரிந்தால் பிடிக்கத் தடையில்லை!"
என்றனன் ஷம்ஊன் இதைக்கேட்டே
இருவிழி சிவந்தார் யாக்கூபே!

"ஏதோ மர்மம் இதிலுண்டு
என்னுயிர்ச் செல்வன் யூசுபைத்
தீதாய் நீவீர் கொன்றொழித்துத்
தின்றது ஓநாய் என்கின்றீர்
வாதே வேண்டாம் உடன்சென்று
வழியில் காணும் ஓநாய்கள்
ஏதோ ஒன்றை என் முன்னே
இழுத்து வருவீர்" எனச்சொன்னார்.

தைமூஸ் சபையில் அறிவித்தல்

இயல்-24

ஆற்றலில் சிறந்த அமைச்சரே! அவையில்
வீற்றிருக் கின்ற வித்தகப் பெரியீர்!

போற்றுதற் குரிய புலவரே! நாட்டின்
நாற்றிசை காக்கும் நாற்படைத் தலைவ!

சாற்றுதல் கேளீர்! சாற்றுதல் கேளீர்.
தோற்றுமும் கருத்தைத் துணிவுடன் கூறீர்!

எத்தனை உரைத்தும் என்மகள் சுலைகா
கத்தனை மறந்து கனவிலே கண்ட

பித்தனை நினைத்தே பெருந்துயர் பூண்டாள்!
இத்துணைக் காலம் என்னால் இயன்றதை

எடுத்துச் சொல்லியும் ஏற்றிட வில்லை.
அடுத்தேன் உங்களை அவள்துய ரகற்றக்

கூடிய யோசனை கூறுவீர்" என்று
வாடிய தைமூஸ் வருந்தியே கேட்டார்.

"சூடிடும் மலரைச் செடியினில் விட்டால்
வாடியே உதிரும் வாலிபம் இதுதான்

கூடிய விரைவில் குலக்கொடி தழுவத்
தேடிடும் கொம்பைத் தேர்ந்திட முயல்வோம்"

என்றான் கவிஞன், இவ்வுரை கேட்டு
"நன்றே" என்றே நவின்றான் தளபதி!

"இறக்கை முளைத்த எழில்மிகும் கிள்ளை
பறக்க விரும்புதல் பண்பே ஆகும்!

சிறக்கத் திருமணம் செய்திடும் பருவம்
பிறக்கக் கண்டும் பேசா திருந்தால்

எவரும் வருந்துவர்; எண்ணமே கனவாய்
அவரை வருத்தும் அதுதான் இயற்கை

நினைவின் நிழலே நெஞ்சில் படிந்து
கனவாய் வெடித்துக் கருத்தைக் கலக்கக்
கண்டும் வீணே காலம் கடத்திச்
சென்றால் பயனே சிறிதும் விளையா!

இளவர சிக்கே ஏற்றவ ரான
இளவர சொருவரை இன்றே தேர்வோம்!"

என்றார் அமைச்சர், ஏற்றார் அரசர்!
"ஒன்றே சொல்வேன்!" என்றான் புலவன்.

"சொல்வதைச் சொல்லுக; துரிதமாய்ச் சொல்லுக
நல்லதைச் சொல்லுக; அல்லதைக் கொல்லுக"

என்றார் மன்னர். இருந்தவ ரெல்லாம்
ஒன்றாய்ப் புலவனை உற்று நோக்கினர்.

"வரும்பொரு ளுரைக்கும் பெருமதி படைத்த
திருமிகும் அமைச்சர் செப்பிய தெல்லாம்

ஏற்பவர் கேட்ப தென்னவென் றறியா
தேற்றிட மற்றவை ஈவதற் கொப்பே!

விரும்புதல் வழங்கா விடினும் வெறுப்பதை
விரும்பிடச் செய்வது பெருந்துயர் விளைக்கும்

தாமாய்க் கனவில் தேர்ந்தவ ரிருக்க
நாமாய் ஒருவரை நடுவினில் தேர்வது

பஞ்சணை கேட்பப் பாறையைக் காட்டலும்
நஞ்சினைக் கொடுத்து நல்லமு தென்பதும்

தக்கதே யாயின் தக்கதே இதுவும்
மிக்கதா யிருப்பினும் விரும்பிடாப் பொருளை

வாழ்நாள் முழுதும் வைத்தே காக்க
ஊழ்வினை கூறினும் ஒப்பிடார் சுலைகா.

எனவே அவரை இனிதே நெருங்கிக்
கனவே காட்டிய காந்தனின் வடிவை

உரைத்திடக் கேட்டு உவந்த அழகனை
வரவழைத் திடவே வழிவகுத் திடுவோம்"

கவிஞன் கூறிய கருத்துகள் ஏற்றுக்
குவிந்த முகத்துடன் கூறினான் அரசன்.

"பன்முறை கேட்டும் பார்த்தவன் வடிவை
என்மகள் சுலைகா இயம்பிட வில்லை

'அத்தனை அழகும் அமைந்தவ' னென்று
மொத்தமாய்ச் சொல்லி நித்தமும் அழுகிறாள்.

இத்தரை முழுவதும் சுற்றித் தேடினும்
அத்தனைக் குறிப்பினால் அறிந்திட லாகுமா?"

மன்னர்சொற் கேட்டதும் மந்திரி கூறுவார்
"என்னதான் அழகனாய் இருப்பினும், கிடைப்பினும்

பிறப்பும் வளர்ப்பும் பெயரும் ஊரும்
சிறப்பும் தகுதியும் தெரியா ஒருவனை

நாட்டின் அரசியின் நாயக னாக்குதல்
கேட்டினில் முடியும், கேட்பவ ரெல்லாம்

எள்ளியே நகைப்பர்! ஏனைய மன்னர்
சொல்லியே வெறுப்பர்! சுலைகா கொள்ள

விரும்பிய வேந்தர் வெகுவாய்ப் பகைப்பர்
பெரும்பிழை என்றே கருதுவர் மக்கள்

கனவினில் கண்ட காரணத் திற்காய்
மணவினைக் கொப்புதல் மாபெரும் தவறே

அழகையே நம்பி அரசியைக் கொடுத்தல்
அழகிடம் நாட்டை ஆளக் கொடுப்பதே

அறிவும் அழகும் ஆளுந் திறனும்
பரிவும் அரசப் பரம்பரை யாயும்

இளவர சொருவரை இனிதே தேர்ந்தே
இளவர சியினை ஈவதே கடமை!"

அடுக்கடுக் காக அமைச்சர் உரைப்பதைக்
கடுகடுப் பாகக் கவிஞன் கேட்டுக்

குறுக்கே தடுத்துக் கூறிட லானான்.
"மறுப்பதைப் பெருமையாய் மதித்தே அமைச்சரின்

கருத்தை எதிர்ப்பதாய்க் கருதிடீர்! என்னுடைக்
கருத்தைச் சொல்வது கடமை ஆதலால்
பயனை மறந்து பகரத் துணிகிறேன்.

தவறாய்க் கருதிடின் தள்ளியே செல்லுவீர்.
எவராய் இருப்பினும் தவறாய் உரைத்திடில்

மறுப்பதே நெறியாம் மந்திரி வார்த்தையான்
மறுப்பதைப் போலென் வார்த்தையை மறுக்கவும்

ஒப்புவேன்! ஐயம் உதித்தால் விளக்கம்
செப்புவேன்!" என்று சிறிது நிறுத்தினான்.

"இப்படி அப்படி எப்படிப் பேசினும்
ஒப்பிடத் தக்கதாய்ச் செப்பிடில் ஏற்றிடத்

தயங்கேன்!" என்று சாற்றினார் தைமூஸ்
"மயங்கேன்" என்று மந்திரி கூறினான்.

மீண்டும் கவிஞன் விளக்கிட எழுந்து
நீண்டவெண் தாடியை நெருடிய படியே

சுற்றிலும் அவையை உற்று நோக்கினான்.
கொற்றவர், அமைச்சர், குடிகளின் தலைவர்

அனைவரும் அமைதியாய் அமர்ந்திடக் கண்டு
கனைத்த படியே கவிஞன் கூறினான்.

"கனவினில் தோன்றிக் கருத்தைக் கவர்ந்து
மனத்தினில் நிறைந்து கணத்தில் மறைந்த

வடிவழ கனுக்கு வாழ்வையே இழக்கத்
துடிதுடிக் கின்ற சுலைகா நிலையை

முற்றிலும் மறந்து முடிவே தேர்தல்
சற்றும் பயனே தராது, அறிவீர்!

அறிவும் நாட்டை ஆளும் திறமையும்
உரியவ ரிடத்தே ஒப்படைத் திடவே

முடிவே செய்வது முற்றிலும் தவறாய்
முடியும், சுலைகா முற்றிலும் மறுப்பாள்!"

"அறிஞனோ அல்லவோ, அரசனோ ஆண்டியோ
வறியனோ செல்வனோ வந்தவன் யாவனோ?

அவனையே சுலைகா அடைந்திட விரும்புவார்
புவனமே பணிந்திடும் பூபதி வேண்டினும்
அவனையே அன்றிவே றெவனையும் கொடுத்திடில்

தன்னையே அழிக்கவும் தயங்கிடார்!" எனக்கவி
சொன்னதும் வேந்தரோ சோர்வுடன் கூறுவார்

"காதலின் தத்துவம் காட்டிய கவிஞரே!
காதலை இழப்பவர் சாதலை வரிப்பது

உண்மையே என்பதை ஒப்புவேன்! என்மகள்
நன்மையே பெரிதென நாடுவேன்; ஆதலின்

கனவினில் தோன்றிய கட்டழ கன்எவன்
என்பதை அறிவது எப்படி என்பதைப்

புரிந்திட விலை அது புரிந்திடில் கூறுவீர்
அறிந்ததும் அதன்டி ஆவன செய்கிறேன்."

மன்னவர் உரைத்ததும் மந்திரி எழுந்தே
"என்னுடைக் கருத்தையும் இயம்பிடக் கேளீர்!"

என்றனர்; அரசரும் "இயம்புக" என்றனர்
"நன்றாய்ச் சொல்லுக" என்றார் புலவரும்.

"கற்பனைப் புரியினில், காவியப் பொழிலினில்
அற்புதம் கண்டிடும் அருட்கவி வாணரின்

சொற்றிறன் கேட்டபின் சுலைகா வாழ்க்கையில்
பற்றிய கொடுந்துயர் பரிதிமுன் பனியென

விரைவினில் விலக்கிடும் வழிகளை விளக்கமாய்
உரைத்திடு வாரென உண்மையில் நம்பினேன்."

"காதலின் விளைவினைக் கவிச்சுவை ததும்பிடப்
போதனை புரிந்தநம் புலவரோ கனவினில்

வந்தவன் கிடைத்திடும் மார்க்கமே உரைத்திலர்
மந்திரம் எவினும் தந்திரம் செய்யினும்

கனவில்வந் தவனையே கண்டிடக் கூடுமோ?
நினைவினில் எவனையோ நிறுத்திய பார்த்திடில்

அவனையே மற்றவர் அறிந்திட லாகுமோ?
கவனமாய் ஆய்ந்திடில் கடிதினில் அரசியின்

துயரினைக் களைந்திடத் துணைவரைத் தேர்ந்திட
முயலுவோம்! அதையவர் முற்றிலும் மறுத்திடில்

அடுத்தொரு வழியினை அமைத்திட எண்ணுவோம்
தொடுத்திடும் முயற்சியில் தோல்விமேல் தோல்வியே

கிடைப்பினும் வெற்றியே கிட்டிடும் வரையிலும்
தடைகளைத் தகர்த்திடத் தக்கது செய்யலாம்

இளவர சியின்மனம் ஏற்றிடும் முறையினில்
இளவர சொருவரை இயம்புவீர்" என்று

புலவரை நோக்கிப் புகன்றனர் அமைச்சர்,
“நலமிதே” என்று நவின்றனர் தைமூஸ்.

“ஒருக்கால் அவரே உண்மையில் சுலைகா
விரும்பிடு வோராய் இருப்பினும் இருக்கலாம்

அழகிலும் அறிவிலும் ஆண்டிடும் திறனிலும்
பழகிடும் பண்பிலும் பரம்பரைச் சிறப்பிலும்

உயர்ந்தவ ரொருவரை உரைப்பீர்” என்று
தயவுடன் வேண்டினார் தைமூஸ் மன்னர்.

‘ஷாம் அதி பதிக்கும் ‘ரூம்’ அதி பதிக்கும்
நாம்ஒரு அழைப்பினை நல்குவோம் இன்றே.

வருவார் இருவரும்; வந்தபின் அவர்களில்
ஒருவரைத் தோந்திட உறுதியாய்க் கூறுவோம்.

மறுத்திடில் மறுவழி வகுத்திட லா”மெனக்
கூறினார் அமைச்சர்; கொற்றவர் மகிழ்ந்து

சீரிய முறையிதைத் தேர்ந்தஎன் அமைச்சரே!
கோரிய பலனிதில் கூடினும் கூடலாம்

காரியம் முடிப்பதைக் கடமையாய்க் கொள்ளுவீர்”
என்றதும் தைமூஸ் இடப்புறம் திரும்பி

“நன்றுதா னேஇது நவிலுவீர்” என்று
புலவரை நோக்கினார், புலவர் பேசினார்;
“நலமாய் முடிந்தால் நன்மையே ஆகும்

ஒருவரைத் தேர்ந்துமற் றொருவரைத் தள்ளினும்
இருவரும் ஒப்புவர்; இல்லாமல் அவர்களில்

எவரையும் அரசியார் ஏற்றிட மறுத்திடில்
அவர்களின் பெரும்பகைக் காளாக நேரிடும்.

அவமதிப் பதற்கே அவர்களை அழைத்ததாய்
அவசியம் எண்ணுவர்; ஆத்திரம் கொள்ளுவர்.

எண்ணித் துணிவது எதற்கும் நல்லது"
என்றான் கவிஞன்; எழுந்தான் தளபதி

"வரும்பகை வென்று வாகை சூடவே
பெரும்படை யுண்ட பீதியே வேண்டாம்

அதற்கே என்னை அர்ப்பணித் துள்ளேன்.
இதற்கே கவலை எதற்கோ? என்னிடம்

அந்தப் பொறுப்பை அளிப்பீர்" என்றான்.
"வந்திடும் பகையை வீழ்த்துதல் முறையே!
வலியவே பகையை வளர்ப்பதும் குறையே!

நீதியின் பக்கமே நிலைத்திடு வெற்றியைத்
தீதினால் கவர்ந்திடச் சிறிதுமே இயலுமோ?

வீரமும் தீரமும் வெற்றிகொள் உறுதியும்
பூரண மாகவே பொருந்தினும் நீதியே

எள்ளள வாயினும் இல்லா திருப்பின்
உள்ளவை யாவுமே உதவாது போய்விடும்.

ஆதலால் அரசே, அத்தனை உண்மையும்
ஓதியே அவர்களை உடன்வர வேண்டுவோம்

என்றான் கவிஞன் ஏற்றார் அனைவரும்.
அன்றே அழைப்பை அனுப்பினார் அரசர்.

புதையல் கிடைத்தது

இயல்–25

கதிரவ னொளியால் கானலின் அலைகள்
கடலெனப் பாலையில் பறந்து
மதிய(ம்)மி லிருந்து 'மிசு'ருக்குச் செல்லும்
வணிகரைத் தீயெனத் தாக்கப்
பொதியினைச் சுமந்த ஒட்டகை விரட்டிப்
புகுந்தனர் அடவியில், அங்கே
எதிரினில் கிணறு இருக்கவே கண்டு
இறைவனின் கருணையை வியந்தார்.

காய்ந்திடும் வெயிலால் உலர்ந்ததம் நாவால்
கடவுளைத் துதித்தொரு வணிகன்
ஓய்ந்தொரு புறத்தில் கிணற்றுநீர் கொணர
ஒருவனை ஏவினன் அவனோ
பாய்ந்துடன் சென்று நீண்டதோர் கயிற்றில்
பாத்திரம் பிணைத்துஅக் கிணற்றில்
பாய்ச்சியே இழுக்கப் பாத்திரம் அழுத்தப்
பாரமாய் இருப்பதை உணர்ந்தான்.

தாகமே வருத்தத் தவித்திடும் வணிகர்
தலைவனோ 'மாலிக்'கு என்போன்
வேகமாய் இரைந்து "தண்ணீரைக் கொண்டே
விரைவினில் ஓடிவா" என்றே
சோகமாய்க் கதற, முழுப்பலத் தோடு
தூக்கினான் வேலையாள் தண்ணீர்
ஏகமாய்க் கனத்தே எழுந்தபாத் திரத்தில்
இணையிலாப் பேரொளி கண்டான்.

திடுக்கமே கொண்டு "அதிசயம் காணச்
சீக்கிரம் வாருங்கள்" என்றான்.
நடுக்கமாய் மீண்டும் கூவினான் "காட்டின்
நடுவினில் கிணற்றினில் புதையல்
எடுத்துளே னிங்கே எல்லோரும் வருவீர்"
என்றவன் வியப்புடன் அழைக்கக்
கிடைத்திடாச் செல்வம் கிடைத்ததாய் எண்ணிக்
கிட்டவே வந்தனர் வணிகர்.

பாத்திரம் தனிலோர் அழகனே இருக்கப்
பார்த்ததும் மாலிக்கு வியந்து
"சாத்திரம் கூறும் அத்தனை அழகும்
தாங்கிய இளைஞனே! கிணற்றில்
நேத்திர முடைய குருடரோ கொல்லும்
நீசரோ தள்ளினர் உன்றன்
கோத்திர மென்ன? குடியிருப் பெங்கே?
கூறுக!" என்றனர் கனிவாய்.

மற்றொரு வணிகன் இளைஞனை நெருங்கி
"மாசறு அழகனே, உன்னைப்
பெற்றவ ருண்டா? பிறந்தவ ருண்டா!
பீதிகொள் ளாமலே சொல்வாய்.
கொற்றவர் குலமோ? குறையிலாச் செல்வர்
குடும்பமோ பிறந்தனை?" என்றான்.
சுற்றிலும் பார்த்த இளைஞனோ இறையைத்
துதித்துயிர் காத்ததைப் புகழ்ந்தான்.

"என்னுயிர் காத்த இறைவனின் கருணை
என்னவென் றியம்புவே" னென்றான்.
"உன்னுயிர் காத்த தென்னுடைப் பணியாள்
உணர்ந்திடு" என்றனன் மாலிக்.
"மன்னுயிர் யாவும் இறைவனின் பொறுப்பில்
வாழ்வதை மறந்திடீர்! இங்கே
என்னுயிர் காக்க இறைவனே உம்மை
ஏவினன்!" என்றனன் இளைஞன்.

“கண்ணீரை வடிக்கச் செய்திடும் ஒளியால்
 கதிரவன் தாக்கிடும் போதில்
தண்ணீரைத் தேடிக் கிணற்றையே கண்டு
 தாகமே தணித்திட யாங்கள்
எண்ணியே வந்தோம், இல்லையே லுன்னை
 இங்குவந் திறைவனா மீட்பான்?”
என்றனன் ஒருவன் இம்மொழி கேட்டே
 இதயமே கலங்கினான் இளைஞன்.

“கதிரவ னொளியும் கானல்வெந் தழலும்
 காட்டுவ தாரென நினைத்தீர்?
மதியினைத் தூண்டித் தண்ணீருக் கிங்கு
 வந்திடச் செய்ததும் யாரோ?
எதிரினில் கிணறு இருப்பதைக் காட்டும்
 இருவிழி படைத்தவ ரெவரோ?
மதியினைக் கெடுத்தே இறைசெயல் மறுத்து
 மாய்ந்தீடீர்!” என்றனன் இளைஞன்.

“இறையருள் மறவா இளைஞனே உன்னை
 இவ்விதம் வருத்திய தெவனோ?
நிறைமதி யுடைய உன்னையே அடைய
 நெடுந்தவம் புரிந்தவர் எவரோ?
மறைத்திடல் வேண்டாம் கூறுவாய்!” என்று
 மாலிக்கு கேட்கவே இளைஞன்
“உரைத்திடில் மீண்டும் பெருந்துயர் விளையும்
 ஒன்றையும் சொல்லிடேன்!” என்றான்.

உண்மையை உரைத்தால் பெற்றவ ரிடத்தே
 ஒப்பிக்க முடிந்திடும் உன்றன்
நன்மையே விரும்பிச் சொல்கிறேன் அனைத்தும்
 நவின்றிடு” என்றனன், மாலிக்
“உண்மையாய் எதையும் உரைத்திட ஒப்பேன்.
 உரைத்திடில் என்குலப் பெருமை
திண்ணமாய் அழியும் திரித்துப்பொய் புகலத்
 தெரிந்திலேன்!” என்றனன் இளைஞன்

“தந்தையர் உண்டா, சோதரர் உண்டா
  “சாற்றுக இதையேனு!” மென்றான்.
“எந்தையும் மூத்த சோதரர் பலரும்
  இருப்பது உண்மையே, எனினும்
தந்தையைச் சேரேன் சேர்ந்திடில் மீண்டும்
  தாங்கிட நேருமித் துன்பம்!”
விந்தையாய் இளைஞன் விளம்புதல் கேட்டு
  வியந்தனர் வணிகரெல் லோரும்.

“இற்றைய நாளாய் எனக்கொரு குழந்தை
  இன்றியே ஏங்கினேன்; நீயோ
பெற்றவர் தம்மைச் சேர்ந்திட மறுத்தால்
  பிள்ளையாய் என்னிடம் இருப்பாய்.
சற்றும்நீ தயங்கா தென்னையே உன்றன்
  தந்தையாய் ஏற்றிடு!” என்று
மற்றவர் மலைக்க மாலிக்கு கூறி
  மகிழ்வுடன் இளைஞனை அணைத்தான்!

அணைத்தவன் கரங்கள் விலக்கிய இளைஞன்
  அருகினில் வரும்சிலர் நோக்கி
“எனைஇவ ரிடத்தில் விடுத்திடில் கொடுமை
  இழைத்திடு வாரென” இயம்ப
“உனைஎவ ரிடத்தும் விடுத்திடே” னென்றே
  உறுதியாய்க் கூறினான் மாலிக்
நினைத்ததே போன்று வந்தவர் அவனை
  நெருங்கியே நிகழ்த்திட லானார்!

“எங்களை ஏய்த்தே ஓடிய இவனை
  எப்படி நீங்களே அடைந்தீர்?
இங்கிவ னிருப்ப தறிந்திட வில்லை
  எங்கெல்லாம் மூன்றுநாள் அலைந்தோம்.
எங்களின் அடிமை இவன்பெரும் புளுகன்
  எம்மிடம் விடுத்திடு வீரே.
உங்களை ஏய்த்தும் மறைந்திடக் கூடும்
  உறுதியாய்க் கூறுவோம்!” என்றார்.

வந்தவர் வார்த்தை கேட்டதும் மாலிக்
வாயடைத் திடஒரு வணிகன்
சுந்தர இளைஞன் தோளினை உலுக்கிச்
'சொல்லடா உண்மையை!' என்றான்.
சிந்தையி லேதும் களங்கமற் றவனாய்த்
தெளிவுடன் எதனையோ எண்ணி
வந்தவர் தம்மை வேடர்முன் மானாய்
மருண்டவன் நோக்கிட லானான்.

"உண்மையி லிவனும் அடிமையே எனினும்
உரிமையை விடுத்திட விலைதான்
என்னவோ அதைநீ ரெம்மிடம் கேட்டால்
ஈந்திடு வோ"மென மாலிக்
சொன்னதைக் கேட்டே "இவனது விலையைச்
சொல்லுவீர் நீங்களே!" என்றார்.
புன்னகை புரிந்த மாலிக்கு அவர்க்குப்
பொன்சில கொடுத்தனுப் பினனே.

தன்னையே அடிமை வாங்கிய மாலிக்
தயவினைப் பெரிதுமே போற்றி
"என்னையே உங்கள் உடைமையாய்ப் பெற்றீர்.
ஏவிய படிஇனி நடப்பேன்!"
என்றனன் இளைஞன் மாலிக்கு மகிழ்ந்தே
"எவ்விதம் இவ்விதி அடைந்தாய்?
உன்னையே இவர்தம் அடிமை யென்றனரே
உண்மையைச் சொல்லிடு!" என்றான்.

தன்னிரு விழிகள் கலங்கிட வணிகர்
தலைவனை நோக்கிய இளைஞன்
"பன்னிரு புதல்வர் பெற்றஎன் தந்தை
பரிவுடன் என்னையே உவக்க
முன்னிரு மனைவியர் புதல்வர்க ளேனோ
முற்றிலம் என்றனை வெறுத்துக்
கொன்றிடத் துணிந்து கிணற்றினில் தள்ளிக்
கொலைத்தொழில் புரிந்திட லானார்!"

"இன்றுடன் நான்கு நாட்களாய்க் கிணற்றில்
இறந்திடா தெனைக்காத்த இறைவன்
என்னுயிர் மீட்க உங்களை ஏவி
இவ்விடம் அனுப்பிய பின்னே
கொன்றிட நினைத்த தம்முடை எண்ணம்
குலைந்ததை யுணர்ந்து, தம் அடிமை
என்றெனைச் சொல்லி உங்களை ஏய்த்தே
என்னையே கொன்றிட வந்தார்.

கண்ணையே துடைத்த வண்ணமாய் இளைஞன்
கழறுதல் கேட்டொரு வணிகன்
"என்னடா, கதைகள் அளக்கிறாய்? இவற்றை
ஏனடா, மறைத்தனை முன்பு?
உன்னையே தங்கள் அடிமை என்றார்கள்
ஒன்றையும் மறுத்திடா திருந்தாய்.
பின்னைஏன் பொய்கள் பேசிடு கின்றாய்.
பேசடா உண்மையை!" என்றான்.

நெஞ்சினைப் பிளக்கும் சொற்கணை எறிந்து
நின்றிடும் வணிகனைப் பார்த்து
"நஞ்செனத் தெரிந்தும் சுவைப்பதை யொக்கும்
நானவர் வார்த்தையை மறுத்தல்
வஞ்சகம் அனைத்தும் வடிவமாய்க் கொண்டு
வந்தவர் பொய்யை மெய்யாக்கக்
கொஞ்சமும் அஞ்சார், மெய்யைப் பொய்யாக்கக்
கூசிடார்" என்றனன் இளைஞன்

"உண்மையைக் காட்டிப் பொய்ம்மையைப் போக்கல்
உன்பொறுப் பல்லவோ!" என்றே
அண்மையில் நெருங்கி வினவினார் மாலிக்.
"அவர்களோ பதின்மராய் இருக்க
உண்மையென் றொன்றை யானுரைத் தாலே
ஒப்பிடு வீர்களோ?" என்று
வன்மையாய் இளைஞன் விடையிறுத் துலக
வழக்கமும் சாடிட லானான்.

அனைத்தையும் கேட்ட மாலிக்கு வியந்தே
அழகுபோ லறிவிலும் சிறந்து
நினைத்ததைக் கூறும் துணிச்சலும் அடைந்து
நெஞ்சகம் சுவர்ந்திடும் இவனை
எனக்கென நீங்கள் கொடுத்திடல் வேண்டும்;
இவனுக்கு வழங்கிய விலையைக்
கணக்கினில் எனக்கென் றெழுதுக பொதுவாய்க்
கருதிடீர் தோழரே!" என்றான்.

இன்னொரு வணிகன், "மாலிக்கின் வார்த்தை
ஏற்றிடத் தக்கதாய் இல்லை!
பண்ணிடும் தொழிலில் கிடைத்திடும் பயனில்
பங்குநம் அனைவர்க்கு முண்டு;
தன்னொரு வருக்கே வாங்கிய இவனைத்
தந்திடச் சொல்வதும் முறையோ?
சின்னவ னிவனை விற்றிடில் லாபம்
திரண்டிடும் அதிகமாய்!" -என்றான்

அவனுரை கேட்டு வருந்திய மாலிக்
"அப்படிக் கருதிடில் நீங்கள்
இவனது விலையை என்னவென் றுரைப்பீர்
ஈ.ந்திடு வேனதை உமக்கே.
எவரது குறையும் வேண்டிய தில்லை!"
என்றதும் திரும்ப அவ்வணிகன்
"இவனையே பொதுவாய் ஏலமிட் டிடலாம்"
என்பதே என்விருப் பென்றான்.

"சொந்தமாய் எனக்கு வேண்டிடில் நீங்கள்
சொல்கிறீர் ஏலம்விட் டிடவே.
விந்தையே உங்கள் விருப்பமே நமக்குள்
வேற்றுமை கூடுமோ? இவனை
எந்தவோர் விலைக்கு மதிப்பினும் சொல்வீர்
என்பொருள் தருகிறேன்" என்றான்.
"இந்தவோ ரெண்ணம் ஏற்றிடேன் அவனை
ஏலமே போடுவோம்" என்றான்.

"நீங்களே இங்குக் கூறுவீர் ஏலம்;
 நிச்சயம் பெரும்விலை தந்து
வாங்குவே னவனை" என்றிடும் மாலிக்
 வார்த்தையை மறுத்தொரு வணிகன்,
"நீங்களேன் இதற்குப் பகைத்திட வேண்டும்
 நிச்சயம் உங்களை அன்றி
வாங்குவார் யாரும் ஈங்கிலை எனினும்
 வர்த்தகம் நமக்குளே வேண்டாம்."

என்றதைக் கேட்டு மாலிக்கை நோக்கி
 இளைஞனும் இயம்பிட லானான்:
"இன்றெனக் காக உங்களுக் குள்ளே
 ஏதுக்கு வேற்றுமை பலரும்
ஒன்றெனச் சேர்ந்து தொழில் புரிந்திடவே
 ஒற்றுமை முக்கியம்!" என்றே.
நன்றென ஏற்று அவனையும் அழைத்து
 நடந்தனர் 'அனாபீஸ்' நோக்கி.

சுலைகாவின் சுயம்பரம்

இயல்–26

புகழின் ஒளியால் புவியாவும்
போற்றும் மன்னர் தைமூஸின்
மகளின் நெஞ்சைக் கவர்ந்திடவே
வந்த 'ரூமி'ன் அதிபதியும்
திகழும் 'ஷாமி'ன் கோமகனும்
சீமான் பலரும் சுலைகாவின்
முகத்தைக் காணும் ஆவலுடன்
முன்பின் நோக்கி இருந்தனரே!

எதிரில் அமைந்த அரங்கினிலே
எழிலின் சுவனத் தரம்பையராய்ப்
பதின்மர் தோன்றிக் கைகூப்பிப்
பணிந்தார் தைமூஸ் முகம்நோக்கி
மதியை மனத்தை ஊடுருவும்
வலிமை மிகுந்த இசைநாதச்
சுதியில் மயங்கும் பாம்பெனவே
சுழன்று ஆடினர் இருமாதர்!

குயிலாய் ஒருத்தி சுலைகாவின்
குலையா அழகைப் பாடிடவே
மயிலாய்ச் சேடியர் இடைகுலுக்கி
மயக்கும் வண்ணம் ஆடிடவே
துயிலாப் பெண்கள் காதல் முகம்
சோர்ந்து தேடித் தவிப்பதுபோல்
துயராய் வந்தோர் எழில்பொங்கும்
சுலைகா முகத்திற் கேங்கினரே.

ஏக்கம் உணர்ந்த தைமூஸே
    இடது புறத்தில் திரும்பிடவே
நோக்கம் அறிந்து ஒரு சேடி
    நோட்ட மிட்டாள் பாங்கியரை.
தூக்கம் கொண்டோர் முகம்போலச்
    சோர்ந்து வந்த தோழியரோ
ஊக்கம் இழந்தே ஏந்தலரை
    ஊமையர் போன்று நோக்கினரே!

சுலைகா அழைக்கச் சென்றவர்கள்
    சோர்ந்து திரும்பி விட்டதனால்
நிலையே அறிந்து தைமூஸின்
    நினைவே குலைய அசைவற்றுச்
சிலையாய் இருந்தார் கணநேரம்
    சினந்தே எழுந்தார், தாமேபோய்ச்
சுலைகா அழைத்து வந்திடவே
    தோழியர் தொடரச் சென்றனரே!

சாந்தம் இழந்த தைமூஸே
    தாவிச் செல்லச் சுலைகாவோ
கூந்தல் குலைய மதிமுகமே
    கவிழ்ந்து நெஞ்சில் குடிபுகுந்த
ஏந்தல் நினைவாய் இருப்பதையே
    எண்ணிப் பார்த்த தைமூஸே
சாந்தம் அடைந்து சுலைகாவைத்
    தழுவி அணைத்து மொழிந்தாரே;

"அன்புக் கடலின் ஒளிமுத்தே!
    அணையா விளக்கே! ஆரமுதே!
பண்புப் பொழிலே! சுலைகாவே
    பகர்வே னொன்றே, கேளாயோ!
முன்புன் கனவில் வந்தவனை
    முனைந்து பிடித்தே வந்தோமே,
கண்முன் அவனைக் கண்டிடவே
    கடிதில் வருவாய்!" என்றாரே!

தந்தை வார்த்தை செவியேற்றுத்
    தன்னை வாட்டும் கனவேதான்
விந்தை ஏதும் செய்திடவே
    மீண்டும் தன் முன் தோன்றியதோ?
எந்த உண்மையும் அறியாமல்
    எதிரே நின்ற தைமூஸை
"எந்தாய்! இதுவும் கனவன்றே?"
    என்றாள் சுலைகா ஐயத்தால்!

"கனவே அல்ல கண்மணியே,
    காண்ப தெல்லாம் மெய்யாகும்!
உனையே காண அவரேதான்
    உள்ளம் துடித்தே நிற்கின்றார்;
எனவே வருவாய் விரைவாக!"
    என்றார் தைமூஸ். இதைக்கேட்டு
"முனமே அழைத்த தோழியரே
    முற்றும் மறைத்த தேன்?" -என்றாள்

"வாட்டம் போக்கும் இசைகேட்க
    வாராய்!" என்றார் மறுத்திட்டேன்,
ஆட்டம் பார்க்க அழைத்தார்கள்
    அதுவும் வேண்டா மெனக்கென்றேன்.
கேட்டம் வளர்த்த அவனேதான்
    தேடி வந்தான்!' எனச்சொன்னாள்
ஓட்டம் பிடித்து வாரேனோ?
    உணர்வா யுரைத்தாள் சுலைகாவே!

"எல்லாம் உண்மை சுலைகாவே
    எழுந்து வாராய் விரைவாகச்
சொல்லாற் காலம் கடத்தாதே
    துன்ப வாழ்வே நடத்தாதே.
வல்லார் உன்னை வரித்தேக
    வந்தே யுள்ளார்; உன்துயரம்
எல்லாம் விலகும் கனவீந்த
    எழிலன் காட்ட வா" என்றார்.

எத்தனை நாளாய் அவனுக்காய்
 ஏங்கி ஏங்கி அழுதேன்யான்
இத்தனை காலம் எங்கேதான்
 என்னை மறந்து இருந்தாராம்.
அத்தனை பாவம் புரிந்தேனோ
 அறியாச் சிறுவன் அவன்தானோ?
பித்தனை ஏதும் கேட்டீரோ!';
 பிதற்ற லானாள் சுலைகாவே.

"யாவும் கேட்டோம் அவனேதான்
 யாதும் கூறேன்; அத்தனையும்
தேவி சுலைகா திருச்சமுகம்
 செப்பத் தவறேன்" என்கின்றான்.
"பாவி அவனோ உனைக்காணப்
 பதறு கின்றான் வாராய்நீ!
யாவும் அவனை நீயேகேள்,
 யாரும் தடுக்கார்!" எனச்சொன்னார்.

"அவனைக் காண ஈராண்டாய்
 அழுது கண்ணீர் வடித்தேனே
இவளைக் காண அவனின்றே
 ஏங்கிக் கண்கள் பூக்கட்டும்
அவனுக் காக விரைவாக
 அங்கே வாரேன்!" எனச்சொல்லிக்
கவலை மறந்து சுலைகாவே
 கட்டிலில் மீண்டும் அமர்ந்தாளே!

"இப்படி நீயே இருந்தாயேல்
 இங்கே வந்தவன் திரும்பிடுவான்.
அப்படி அவனே சென்றானேல்
 அப்பால் கிடைக்க மாட்டானே!"
இப்படிச் சொன்னார் தைமூஸே
 எழுந்து விரைந்தாள் சுலைகாவே.
"எப்படி அவரிடம் பேசிடுவேன்?"
 என்றொரு தோழியை வினவினளே.

"குலைந்த கூந்தல்; அழுதவிழி
கூம்பிச் சுருங்கிய கிழமுகமும்
கலைந்த அடை அணியாவும்
கண்டால் அவனே நகைக்கானோ?
விளைந்த இன்பம் அரைநொடியில்
வீணாய் முடியும், அத்தனையும்
களைந்து புதிதாய் அணிந்தேநீ
கடிதில் வருவாய்!" எனச்சொன்னாள்.

உணர்வு கலங்கி மனங்குழம்பி
ஒன்றும் ஏற்கா சுலைகாவைக்
கணத்தில் காதலன் நினைப்பூட்டிக்
கருத்தை மாற்றிய தைமூஸின்
மனத்தில் இன்பம் பொங்கிடவே
மகளைத் தோழியர் பால்விட்டுக்
"குணத்திற் கேற்ப உடைமாற்றிக்
கூட்டி வருவீர்!" எனச்சென்றார்.

மன்னர் தனியே வரக்கண்டு
மலைத்து நோக்கிய சபையிடமே
"இன்னும் சிறிதே பொறுத்திடுவீர்.
என்மகள் சுலைகா வந்திடுவாள்.
ஒன்றும் தவறாய் எண்ணாதீர்
உங்களில் யாரைத் தேர்ந்தாலும்
இன்றே திருமணம் செய்திடுவேன்!"
என்றார் மன்னர் தைமூஸே.

பாதச் சிலம்பு ஒலிசெய்யப்
பாங்கியர் சூழச் சுலைகாதன்
காதல் தெய்வம் கண்டிடவே
கண்களை எங்கும் சுழற்றிடவே
மோதும் ஆவல் உந்திடவே
மௌன மாக வந்திடவே
பாதம் நோகும் எனச்சேடிப்
பாதையில் மலர்கள் தூவினளே.

ஏக்கம் அடைந்தே இருந்தோர்கள்
 இருவிழி விழித்துச் சுலைகாவை
நோக்கி மகிழ்ந்தார் அந்நேரம்
 நுதலே சுரங்கச் சுலைகாவும்
நோக்க லானாள் சபையோரை.
நொடியில் அறிந்து தன்மகுடம்
 தூக்கி எறிந்து "எங்கேஎன்
 தோன்றல்" என்று முகங்கடுத்தாள்.

மன்னர் தைமூஸ் மனம்நொந்து
 மகளைப் பார்த்து "சுலைகாவே
முன்னர் கனவில் வந்தவரை
 முழுதும் சுற்றிப் பார்த்திடுவாய்!
பின்னர் இங்கே இருப்போரில்
 பிடித்த ஒருவரைத் தேர்ந்திடுவாய்!!
எண்ணம் போன்று அவருக்கே
 ஈ.வே னுன்னை" என்றாரே.

"இவரே "ஷாமி'ன் இளவரசர்
 இங்கே யிருப்போர் பெருவணிகர்,
அவரோ 'ரூமி'ன் பேரரசர்,
 அங்கே அமர்ந்தோர் ஆணழகர்,
எவரோ ஒருவர் தேர்ந்திடுவாய்!"
 என்றார் தைமூஸ். இதைக்கேட்டே
"அவராய் இவரில் எவரேனும்
 ஆகார்" என்றாள் சுலைகாவே.

நெஞ்சைக் கவர்ந்த அவர்நிழலை
 நெருங்கும் தகுதி படைத்தவரும்
தஞ்சம் தேடும் எனக்குதவி
 தந்திடு வீரரு மிங்கில்லை.
வஞ்சம் செய்தே எனைஇங்கே
 வரவே செய்தீர், உயிர்போக்கும்
நஞ்சைத் தந்தார் நானுண்பேன்'
 நாடேன் மற்றவர்!" எனச்சொன்னாள்.

புத்தம் புதிய ஆடைகளைப்
பொன்னா பரணம் முத்தணியைப்
பித்தம் பிடித்தோர் செயலேபோல்
பிய்த்தே எறிந்த சுலைகாவே,
"கத்தன் படைப்பை மறந்தாலும்
காதலன் காதலி மறப்பனோ?
நித்தம் கண்ணீர் வடித்தாலும்
நினைவை மாற்றேன்"! எனச்சொன்னாள்.

வந்தோ ரெல்லாம் மனம்நொந்து
மன்னர் தைமூஸ் முகம் பார்த்து
"அந்தோ, யாங்கள் என்செய்வோம்,
ஆசைத் தீயில் இளவரசி
வெந்தே, சொந்த நல்லுணர்வும்
வேகச் செய்தார், இனியவரின்
சிந்தை விரும்பாச் செயலேதும்
செய்தால் தீதே வரும்!" என்றார்.

"கண்ணே போன்ற என்மகளின்
காதற் கனவும் பலித்திடுமா?
என்னே செய்வேன்! இதற்காக
இந்நா டிழக்கவும் ஒப்பிடுவேன்"
என்றார் தைமூஸ். அதைக்கேட்டே
"எதற்கோ என்னைப் பெறவேண்டும்?"
என்றாள் சுலைகா, தைமூஸோ
இழுத்துச் செல்லப் பணித்தாரே.

பற்றிச் செல்லும் தம்மகளைப்
பார்த்து நெஞ்சம் புண்ணாகிச்
சுற்றிப் பார்த்து "சபையோரே,
சுலைகா துன்பம் பார்த்தீரா?
சற்றும் இந்நோய் மாற்றிடுவோர்
சபையில் உண்டா? அதற்காகக்
கொற்றம் வேண்டினும் தந்திடுவேன்
கூறுக!" என்றார் தைமூஸே!

எதிரில் அமர்ந்த அவைப்புலவர்
    எழுந்து "அருமை இளவரசி
விதியின் கரத்தால் மனங்குழம்பி
    விட்டார், காதல் வசப்பட்டார்
மதியின் திறத்தால் இதைமாற்றும்
    மார்க்கம் சொல்வார் புவிஇல்லை
விதியின் கரத்தே விட்டிடுவோம்
    வேந்தே!" என்றார் துயர்பொங்க!

தோழியரை வினாவுதல்

இயல்–27

ஏதுக்கு எனை இந்த வாகைக்கு உள்ளாக்கி
எங்கே இழுத்தேகுறீர்?
எல்லோரும் ஒன்றாகி என்தனிமை கொல்கின்ற
தேனோ எடுத்தோ துவீர்?

தீதுக்கு அஞ்சாத தீயவரும் எனைவாட்டும்
செயலாற்ற அஞ்சு வாரே.
தீமையே நினைக்காத தோழிகாள் நீங்களெனைச்
சித்திரவதை செய்ய லாமோ?

வாதுக்கு நிற்காத சாதுக்களை மோதும்
வன்னெஞ்சம் கொள்ள லாமோ?
மன்னரே ஆயினும் எண்ணம்போற் குடிகளை
வாட்டிடச் சொல்ல லாமோ?

தோதுக்கு இணங்காத பேதைக்குக் கொடுந்துன்பம்
சூழ்ந்திடச் செய்ய லாமோ?
துணைவனே இலையென்ற துணிச்சலே அல்லவா
தோழிகாள் சொல்லு வீரே!

தாயா யணைத்துத் தவச்சேயாய் வளர்த்தஎன்
தந்தையும் தவறு வாரோ?
தந்தையே ஆயினும் சிந்தைவிரும் பார்களின்
தாரமாய்ச் செய்தல் முறையோ?

தாயா ரிருந்திடில் வாயா லுரைக்குமுன்
தானாய்ப் புரிந்தி டாரோ?
தாரமாய்க் கொண்டவன் கோரமாய் வதைக்கையில்
தந்தையும் வதைப்ப துண்டோ?

நாயாய்ப் பிறப்பினும் ஓயாமல் புவிசுற்றி
நாதனைத் தேட லாகும்
நாடாளும் மகளாகி வீடேயென் சிறையாகி
நானுங் கள்கைதி யானேன்

பேயாய் இருப்பினும் பெண்ணுக் கிரங்குமெனப்
பெரியோர்கள் சொல்வ துண்டே
பெண்ணா யிருந்துமொரு பெண்ணுக் கிரங்காது
பிழைசெய் தல்பெரும் பாவமே!

பெண்மாய மல்லாது பொல்லாத தில்லையெனப்
பிழைசொல்லி ஆண்மா யம்தான்
பெருமாயை என்பதைத் திரையிட்டு மறைத்திட்ட
பிசகினால் யான்சிக் கினேன்

பெண்பாவ மல்லாது பெரும்பாவ மில்லையெனப்
பேசுவோ ரிங்கு இல்லையோ?
பேதையான் மீளும்வழி யாதென்று கூறிடும்
பெருந்தகை யாரு மிலையோ?

கண்மாயை வலைப்பட்டுக் கரைகாணும் வழியற்றுக்
கதிதே டும்எனைக் காக்கவே
காதலமு தூட்டிய நாதனார் வந்துதம்
கரம்தந்து தூக்கு வாரோ?

பெண்மாயை என்றெனைப் பேயாய் மதிப்பரோ,
பேதையான் என் செய்குவேன்?
பேசாமடந் தையராய் வாய்மூடி நிற்பதேன்
பேரன்புத் தோழி மாரே!

எல்லாம் விதிப்பயன் அல்லாது வேறில்லை
என்றேங்கி நின்றழுவனோ?
ஏவல்செய் தோழியரின் காவலுக் குள்ளாகும்
இழிவுற் றதற்க ழுவனோ?

சொல்லாமல் விட்டோடும் கள்வனைத் துணைவனாய்த்
தொடர்ந்திட்ட தற்கழுவனோ?
துயரேதும் காணாத இளநெஞ்சை அழகுப்பேய்
தொடவிட் டதற்க ழுவனோ?

கொல்லாமல் கொல்கின்ற ஆசையை அமுதமாய்க்
குடித்திட்ட தற்கழு வேனோ?
குன்றாத துன்பத்தைத் தருகின்ற பேரன்பு
கொண்டதற் கேஅழு வனோ?

எல்லோரும் ஏதுக்குக் கல்லாக நிற்கிறீர்
என்னுயிர்த் தோழி மாரே!
இவையன்றி வேறொன்று இருந்திடில் அதையேனும்
எடுத்தோ திளைத் தேற்றுவீர்!

தன்னை வினவுதல்:

எண்ணுவதைத் தந்திட இயலாரின் மகளான
தெண்ணி எண்ணி அழுவானோ?
எட்டாத பழத்திற்குக் கொட்டாவி விடும்கெட்ட
இதயம் பெற்றதற் கழுவேனோ?

உண்ணுவதற் கேற்றதோ அல்லவோ என்றுமுன்
புணராத தற்கழு வனோ?
உதவாது போயினும் பெருந்தீது செய்பவரின்
உறவேற் றதற்க ழுவனோ?

விண்ணுதிர் மாரியெனக் கண்ணுதிர் குருதியே
வீணாவ தற்க ழுவனோ?
வீராதி வீரனாய் வந்தகம் சோரம்செய்
வித்த தற்கே அழுவனோ?

பண்ணுவது தீதெனப் புரியாது கனவுக்குப்
பலியா னதற்க ழுவனோ?
பாங்கிமார் யாவரும் பகைவராய் மாறிய
பாபத் திற்கே அழுவனோ?

காதலனை வேண்டுதல்:

பெண்ணாசை யற்றிடில் மண்ணாசை பொன்னாசை
பெரும்வாழ்வி னாசை ஏது?
பேரின்பப் பொழிலாகும் இல்லறந் துறந்திடில்
பிறவியும் பெருமை பெறுமோ?

பெண்ணா யிருப்பினும் ஆணா யிருப்பினும்
பிறவி முழுமை யாகுமோ?
பெண்ணொரு ஆணையும் ஆணொரு பெண்ணையும்
பெற்றாலே பூர்த்தி யாகும்.

தன்னாசை கொன்றிடத் துணிபவர் உயிரற்ற
சவமாவ துண்மை யலவோ?
தலவாழ்க்கை ஏற்பினும் தம்மைத்தாம் ஏமாற்றல்
தற்கொ லைக்கொப் பாகுமே?

என்னாசை தூண்டிவிட் டுன்னாசைக் கேங்கிட
எங்கே மறைந்து விட்டாய்?
ஏமாற்றி யதுபோதும் ஏந்தலே தயைகூர்ந்து
என்னரு கில்வர வேண்டுமே!

பாங்கியரின் அன்பிலே, தந்தையரின் பண்பிலே
பார்க்காத பேரின் பத்தைப்
பார்வையினில் காட்டிவிட் டோடிய அண்ணலே
பரிவோ டணைக்க வருவீர்!

ஏங்கிடும் விழிகளிற் றேங்கும்சுடு நீரையே
இன்றே துடைக்க வருவீர்!
எங்கே இருப்பினும் அங்கே எனைக்கூட்டி
ஏகவே இனிது வருவீர்!

நீங்கியுயிர் வாழ்ந்துதுயர் தாங்கியது போதுமே
நெஞ்சம் இரங்கி வருவீர்!
நினைக்கவும் கூடாத கொடுந்துன்பம் சூழ்வதை
நீக்கிஎனை நோக்கி வருவீர்!

ஏங்கியது போதுமினி இயலாது, இயலாது,
இன்பம் சுரக்க வருவீர்!
இரவுபக லாய்உமைத் தேடியே வாடிடும்
என்னரு கில்வர வேண்டுமே!

காதலுக்கு விலங்கா?

இயல்–28

ஆடுவதும் ஓடுவதும் அங்குமிங்கு மாக
ஆர்ப்பரித் துலாவுவதும் அழுதபடி நின்று
வாடுவதும் காதலனைத் தேடுவது மாக
வாய்திறந்து கலகலெனப் பேயெனச் சிரித்துப்
பாடுவதும் பாங்கியரைச் சாடுவது மாகப்
பண்பிழந்த பேரழகி முல்லைமலர் கொய்து
சூடுவதும் தூக்கிளறிந் தோடுவது மாகச்
சுலைகாவின் செயல்முழுதும் குலைந்திடவே ஆச்சு.

ஆற்றல்மிகும் கவியரசும், புவியரசர் தைமூஸ்,
அமைச்சருடன் பிணியகற்றும் மருத்துவரும் சூழப்
போற்றுமெழில் புதல்விநிலை மாற்றிடவே வந்தார்.
'பொலபொலெ'ன விழிகள் நீரைப் பொழிந்திடவே நின்றார்.

தேற்றுதற்கு வந்தவர்கள் சாற்றுதற்கு அஞ்சித்
திரும்பிடவே நினைத்துருகிப் பெருந்துயரம் கொண்டார்.
வீற்றிருந்த சுலைகாகொடுஞ் சீற்றமுற்ற போது
வேற்றுவராய்த் தோற்றிடவே தூற்றிடத் துணிந்தாள்.

"மண்ணுலகைப் பொன்னுலகாய் மாற்றும்பெண்கு லத்தை
வஞ்சகமாய் வாட்டுகின்ற ஆண்குலம் பிறந்தோய்!
பெண்ணுலவும் கன்னிமாடம் என்னசெய்ய வந்தீர்?
பிளந்திடுவே னுங்களகம் போய்விடுவீர்; இங்கு

முன்பொருவன் வந்தெனக்கே அன்பிலாவ லூட்டி
மோசம்செய்து என்றன் வாழ்வை நாசமாக்கி விட்டான்.

இன்னுமுங்கள் கண்வலையில் சிக்கிடுவே னென்றோ
இங்குவந்தீர்!" எனச்சுலைகா துயர்பொங்கக் கேட்டாள்.

"இன்னுயிரே! என்மகளே! என்னவானாய் நீயே?
இதயம்போல் இருவிழியும் இருண்டதுவோ கண்ணே!
என்னையும் அறிந்திலையோ?" என்றுமன்னர் கேட்க
"ஏதுக்குமை யானறிய வேண்டும்?" எனக் கேட்டாள்.
"விண்மணியே! நின்நிலையே விளங்கிடவே வந்தோம்.
விருப்பமின்றேல் போய்விடுவோம்" என்றார் கவிவாணர்.
"பெண்மணியே இவ்வுலகின் கண்மணிதா னென்ற
பெருமைபெறும் எம்நிலையை விளங்கினீரோ?" என்றாள்.

சிந்தையே கலங்கிநொந்த ஏந்தலர்தை மூஸே
செய்வதென்ன சொல்வதென்ன? என்று ஆய்ந்து நிற்கத்
தந்தையே தனதருகில் வந்தாரென் றுணர்ந்து
தாவிச்சென்று தாளில்வீழ்ந்து கேவிய சுலைகா
"எந்தையேயா னென்னசெய்வேன் என்னையே கவர்ந்த
எழிலரசை எவ்விதமே இவ்விடமே காண்பேன்?
தந்தையே எனக்கவரைத் தந்திடமாட் டீரோ?
தாங்கிடும் மனச்சுமையும் நீங்கிடுமோ?" என்றாள்.

"பொறுமையேநற் பெண்களுக்குப் பெருமையான செல்வம்
புத்திமாறும் புல்லுணர்வை ஒடுக்குவதே வீரம்
சிறுமையேசெய் யாசைத்தீயை உறுதியால் அணைக்கும்
திடமனமே வெற்றிபெறும் என்றமைச்சர் கூறப்
பொறுமையே இழந்தெழுந்த பொற்கொடியாள் சுலைகா
புலியெனவே சீறிப்பாய்ந்து கிலிபிடிக்கச் செய்து
"வெறுமனேசெய் யுபதேசமே வேண்டாம்,நீங் களுங்கள்
வேலைகளைப் பார்த்திடுவீர்!" என்றதட்டி னாளே.

"ஆருயிரே, என்மகளே! தேறுதலே கொள்வாய்;
அதிவிரைவில் நின்னருகில் அவனைச்சேர்ப்போ மென்று"
கூறுகின்ற தந்தையரைக் கோபமுடன் பார்த்து
"கொற்றவரே வாக்குறுதி பெற்றதுவே போதும்

ஆறுகின்ற நெஞ்சையேபுண் ஆக்கிடுதல் வேண்டாம்;
ஆசைக்கனல் தூண்டிவிட்ட கன்றிடவும் வேண்டாம்
மீறுகின்ற என்துயரம் வீறுகொள்ளு முன்பே
மீண்டிடுவீர்" என்றுஅவள் தாண்டிக்குதித் தாளே!

சாடிவசை பாடுகின்ற சுலைகாமுகம் நோக்கித்
"தனிமையினால் அமைதிதரும் இனிமை காணுவாயே
சேடியரின் சொற்படியே, ஓடியாடி டாமல்
சீறிப்பாயும் மனக்குதிரை அடக்கியாள வேண்டும்
கோடித்தவம் செய்துபெற்ற குலவிளக்கே! உன்னைக்
கோறுகின்ற என்கவலை தீரும்படிச் செய்வாய்!
கூடிநிற்கும் எங்களைநீ வாடிடச் செய் யாதே.
கோபமேதும் கொள்ளவேண்டாம்" என்றனர்தை மூஸே!

"பாபத்திற்கே அஞ்சிடாமல் கோபத்திற்கு அஞ்சிப்
பல்லிளித்து நிற்பதென்ன சொல்லிடுவீர்! என்றன்
சாபத்திற்குச் சிக்கிடாமல் தப்பியோடு வீரே!
தாமதிக்க வேண்டாம்; ஆமாம்!" என்றாள் சுலைகாவே.
கோபத்தீயை அள்ளிவீசும் மகளைமன்னர் பற்றிக்
"கொடுங்கள் செய்தபொன் விலங்கை" என்றார்.
இதைக்கேட்டுச்
"சாபத்திற்குத் துணிந்திட்டீரோ?" என்ற சுலைகாவின்
தாள்பிடித்துத் துடிக்கும்கையில் விலங்கு பூட்டினாரே!

பூட்டியகை நடுங்கிடவே மாட்டியபொன்வி லங்கைப்
பொருத்திவிட்டார் கட்டிலிலே! பொற்கொடி நகைத்தாள்!
நீட்டியகை பற்றியே 'நறுக்' கெனக் கடித்தாள்
நிலைகுலைந்து தலைகவிழ்ந்து செயலிழந்தார் மன்னர்.
"வாட்டியது போதுமெனைத் தீட்டியகூர் வாளால்
வாஞ்சையின்றி வெட்டிஇரு துண்டமாகச் செய்வீர்.
பூட்டிவிட்ட பொன்விலங்கு காதலுக்கா? சொல்வீர்!
போய்விடுவீர்!" எனச்சுலைகா காறியுமிழ்ந் தாளே

"என்னசெய்த போதுமுனக் கின்னல்செய்ய ஒப்பேன்.
இங்குமங்கும் ஆடைகிழித் தோடுகின்ற தாலே
பொன்னிற்செய்த இவ்விலங்கைக் கண்ணில்மாட்டுதற்போல்
பொன்னுடலில் பூட்டும்படி நேர்ந்த" தெனச் சொன்னார்.

"இன்னுமென்ன செய்வதற்கு உண்டுமோ அனைத்தும்
இப்பொழுதே செய்திடுவீர்" என்றாள்சுலை காவே.
"புண்ணில்வேலைப் பாய்ச்சவேண்டாம், என்னிலையைச் சற்றுப்
பொறுமையோடு ஆய்ந்திடுவாய் புதல்வியே" என்றாரே.

"பொறுமைகொள்ளக் கூறுகின்ற அருமைத் தந்தையாரே,
போதனையே செய்தெனக்கு வேதனை தராதீர்!
வறுமைகொண்டு உடற்பசியால் வருந்திடுவோர் தம்மை
வார்த்தையினால் தம்பசியைத் தீர்த்திடச்சொல் லாதீர்.
சிறுமைகொண்டு உழல்பவரைச் சினந்துதாக்கு வோராய்ச்
சீர்குலைந்த என்னிடத்தில் போர்தொடுத்து வென்ற
பெருமைகொள்ளும் பேரரசே, மறுபடியும் ஏதும்
பேசவேண்டாம்! துன்பக்கணை வீசவேண்டா!"மென்றாள்.

"நல்லதுயாம் செல்வோமிதே; இளவரசி யாரே.
நாடுமுற்றும் அவரையாங்கள் தேடிச்செல்லு கின்றோம்.
சொல்வதுயான் ஒன்றுளது, சொல்லட்டுமா?" என்று
சுலைகாமுகம் பார்த்துநின்ற முதுகவியைப் பார்த்து
"நல்லதையே சொல்வதெனில் சொல்லிவிட்டுச் செல்வீர்
நானதற்குத் தடைவிதியேன்!" என்றாள் சுலைகாவே.
"சொல்லுகிறேன் கேட்டிடுவீர்!" எனக்கவிஞன் கூறத்
"துரிதமாகக் கூறிடுவீர் அரும்புலவோய்" என்றாள்.

"எண்ணம்போன்று வாழ்ந்திடலாம்; நம்பிக்கையே கொண்டால்
இன்மையெல்லாம் இருப்பதாகும்! இன்னலின்ப மாகும்!
திண்ணமாகச் சொல்லுகின்றேன் உங்களெண்ணம் வெல்லும்!
சிந்தைகுடி கொண்டஅவர் நேரில்வரு வாரே!
உண்மையாக நீங்களிதை உறுதியாக நம்பி
உள்ளத்திலே அமைதிகொள்வீர்!" என்றார்கவி வேந்தர்.
"புண்ணையாற்றும் அரும்புலவீர்! சொன்னதெல்லாம் உண்மை;
பொறுமையாக இருந்திடுவேன் போய்விடுவீர்" என்றாள்.

பிணிக்குஏறே மருந்தையொத்த பெருங்கவியின் வார்த்தை
பேரரசர் தைமூஸ்கொண்ட பெருந்துயரம் போக்கக்
கனிவுபொங்கக் கவிஞர்முகம் நோக்கிக் கண்க ளாலே
கடமையாகும் நன்றியினை உடைமையா யணிந்து

"இனிநமக்கே கவலைஇல்லை துணிவுடனே செல்வோம்
எனதுமகள் தனதுஅகத் துயரினையே வென்றாள்;
தனிமையிலே விட்டிடுவோம்" என்றரசர் கூறித்
தாதியர்க்குப் பாதுகாக்கச் சைகைகாட்டிச் சென்றார்.

குறிப்புணர்ந்த இளவரசி மீண்டும் கொதிப்புற்றுக்
"கொற்றவனே! சற்றுநில்லாய்" என்றுதடுத்தாளே.
மறுப்பறிந்த மன்னர் மலைத்து நின்றபோது
மந்திரியார்" நிற்கவேண்டாம்; போய்விடுவோ" மென்றார்.
"வெறுப்பறிந்து சென்றிடலாம்!" என்றரசர் நிற்க,
வீறுகொண்ட வேங்கையெனச் சீறி, "நாட்டை யாளும்
பொறுப்படைந்த மன்னவனே உன்னரசில் நீதி
பொய்த்ததுவோ விலங்கெனக்கேன் பூட்டி விட்டாய்?"
என்றாள்.

"கொள்ளையடித் திட்டவனைக் கொண்டுவந்து காலில்
கொடுவிலங்கைப் பூட்டுதற்கு முடியவில்லை என்றால்
கொள்ளைகொடுத் திட்டவளைக் குற்றவாளி போன்று
கொடியகைதி யாக்குமுங்கள் நீதியென்ன நீதி?
உள்ளமதைக் கொள்ளையிட்ட கள்வன் தப்பவிட்டு
உளமிழந்து உருகுமென்னைப் பூட்டுவதோ நேர்மை
கள்ளமிலா நீதிசெயும் வள்ளலும் நீர்தானோ?
கடமைதவ றாதஉயர் காவலனும் நீயோ?"

நெஞ்சைத்துளைக் கின்றகொடு வேலெனவே சுலைகா
நிகழ்த்துகின்ற வார்த்தையவர் இதயமீது பாய
நஞ்சையுண்டு விட்டவராய் நடுநடுங்கித் தைமூஸ்
"நன்மையே, என் மகளே! நின்மொழிதாங் கேனே.
கெஞ்சுகின்ற தந்தையிடம் கிருபைகொண்டு நீயே
கேட்கவேண்டாம் வேறுஏதும் உன்நிலையை மாற்றக்
கொஞ்சகாலம் இப்படியே இருந்திடுவாய்" என்றார்.
"கொன்றொழிக்கும் வரையிருப்பேன்" என்றனளே சுலைகா.

சுலைகாவின் பிரார்த்தனை

இயல்–29

தவமேவிய அடியார்க்கருள் தவறாதருள் புரிவாய்
பவமேதென அறியார்துயர் பறந்தோடிட அருள்வாய்
தவறேசெயத் துணியாஎனைத் தனியாக்குதல் முறையோ
எவரேயுனை யல்லாதெனக் கேற்றதுணை இறையே!

அயலாரகம் துயில்வாரிடம் அன்பேசெயப் படைத்தால்
துயராலகம் அயராவரம் சுரக்காதது முறையோ?
பயமேபடைத் தடியார் முகம் பார்க்காதது சரியோ?
நயமேதரும் கருணாஒளி நயனமுடை இறையே!

சிறையேதரும் உலகோரிடம் சிரமேகுனிந் திடவோ?
குறையேமிகும் கொடியோரிடம் குறையே உரைத்திடவோ
மறையேதரும் இறைவாபுவி மறைந்தாயிதற் கெனவோ?
நிறைவாகிய நிதியே குறை நிலைக்காதருள் இறையே!

அழியாப்பழி யடைந்தேஅதை அடுத்தோரறிந் திடவே
மொழியாலுரைத் திடவேஎதும் முடியாநிலையடைந்தேன்
விழியாலெழும் துயரேசுடும் வெந்நீரெனச் சிந்த
ஒழியாத்துயில் புரிவாயெனில் பழிசேர்ந்திடும் இறையே!

பிறவாவரம் அளித்தாயிலை. பிழையாய்ப் பிறந்தாலும்
இறவாவரம் தந்தாயிலை; எண்ணாததை எண்ணி
மறவாவரம் அளித்தே,எனை மதியார்தமை மதித்தே
உறவாடிட உரையாடிட உணர்வூட்டிய இறையே!

மணியேஎன எனையேமிக மதித்தாரவ மதித்தே
தணியாக்கொடும் பிணியேஎனத் தனியாக்கிய நிலையே
அநியாயமி தநியாயமி தநியாயமே அலவோ,
கனிவாகிய அருள்கூர்ந்தெனைக் கரைசேர்த்திடு மிறையே?

கொடையாளரின் குணத்தால்மனங் குலையார்நகை முகத்தால்
படையாளரின் பலத்தாலரும் பணியாளரின் துணையால்,
தடையேஎதும் கிடையாதெனும் தந்தைபெரும் தயவால்
அடையாநல மடையவுனை அடைந்தேன்என திறையே!

உருவாகிய வாழ்வின்நிழல் ஒளியாகிய கனவில்
தருவாகிய பெருவேட்கையில் தருவாயருங் கனியே
மறுவாகிய துயரேகிட மறந்தார்வர அருள்வாய்
தருவாய்கொடுஞ் சாவாகிலும் திருவாகிய இறையே!

———

காதலன் வந்தான்

இயல்–30

மந்திரியைத் தந்திரியைப் படை நடத்தும்
 தளபதியை, மாண்பு மிக்க
தந்தையரைத் தாதியரைத் தனக்குதவி
 தருமாறு தாழ்ந்து கேட்டும்
எந்தவொரு பயனேதும் கிடைக்காது
 துயருற்று இறுதி யாக
சுந்தரியாள் இறைவனிடம் தன்நிலையை
 முறையிட்டுத் துயில லானாள்!

நீங்காத போதைதரும் காதல்மது
 உண்டதனால் நிலைக லைந்து
தூங்காது பலநாட்கள் விழித்திருந்த
 இளவரசி தூங்கக் கண்டு
தாங்காத பெருஞ்சுமையே தலையிருந்து
 இறங்கியதாய்ச் சாந்தி கொண்ட
பாங்கியர்கள் உண்மைநிலை மன்னருக்குப்
 பகர்ந்திடவே பறந்து சென்றார்!

ஆறாதமனப் புண்ணை ஆற்றிவிடும்
 காலத்தின் ஆற்ற லாலே
தீராத கொடும்பிணியே தீர்ந்துவிடில்
 அமைதிபெறும் சிந்தை போன்று
மாறாத காதலனை அடைவதற்கு
 இறைதுணையை வருந்தித் தேடிச்
சீராகத் துயில்புரியும் சுலைகாவின்
 அருகிலெழில் சீமான் வந்தார்!

ஊடல்:

நெஞ்சுவந்த மெய்யன்பர் என்றாலும்
பிரிந்தபின் நெருங்கு வாரேல்
அஞ்சுவரே அல்லாமற் கொஞ்சுவரோ!
சுலைகாவும் அவ்வா றானாள்.
பிஞ்சுமனம் வெம்பிடவே நெடுங்காலம்
தனைமறந் தபெரும் பிழைக்குக்
கெஞ்சிடுவா ரெனநினைத்தாள்; கெஞ்சாம
லவரிருக்கக் கேட்க லானாள்.

"பெண்ணுக்குப் பிழைசெய்த பெரும்பாவம்
தனைஎண்ணிப் பேச்ச டைத்துக்
கண்ணுக்கு விருந்தாக நிற்கின்ற
தெதற்காக, காதல் செய்த
புண்ணுக்கு மருந்தாகும் புண்ணியத்தை
மறந்தாலும், புண்ணுண் டாக்க
முன்னுக்கு வருகின்ற ஆணழகா!
உனக்கிதுவே விளையாட் டாமோ?

"அன்புக்கு அன்பும், உயர் அழகுக்கு
அழகும், உடல்ஆ விதந்து
பண்புக்குப் பண்புதரும், பணிவுக்குப்
பணிவுதரும் பாசம் கொண்டேன்.
என்றைக்கு நின்விழியில் பட்டேனோ
அன்றைக் கேஎனை யழித்துச்
சென்றிட்ட நீஎதற்கே இன்றைக்கு
என்னில்லம் திரும்ப வேண்டும்?"

"மனங்கவரும் ரோஜாவாய் மணந்தஎனை
ஏக்கத்தால் மஞ்சள் பூத்த
பிணமாக்கிப் பூவரசம் பூவாக்கும்
ஆசைநோய் பிடிக்கச் செய்து
குணமாக்கும் அருமருந்தும் கொண்டோடி
மறைந்திட்ட கூற்றுவா, நின்
கணநோக்கில் பலியான எனைநோக்க
அஞ்சினையோ கழறு வாயே!"

"ஓயாத கடலலையாய் முன்பின்னாய்
உருண்டோ டும்உணர்ச்சி யூட்டித்
தேயாத முழுமதியாய் இருந்தஎனை
நின்நினை வாற்றேய வைத்து
ஈயாத லோபியரும் எண்ணாத
கொடுந்துன்பம் எய்த வைத்துப்
பேயாக்கி எனைவாட்டிப் பெருமைபெறும்
நீயுமொரு பேய்தா னாமோ?"

பற்றழித்த துறவியரும் பெண்பார்வை
பட்டதெனில் பணிவா ரென்று
கற்றறிந்த ஆய்ந்தோர்கள் கூறுவதை
யானறிந்து களித்த துண்டு!
முற்றிலுமே பெண்பார்வை நீவிரும்ப
வில்லையெனில் மோக மூட்டும்
நற்றவத்தின் பேரழகைப் பெற்றதுமேன்
எனைவதைக்கும் நாட்டந் தானோ?

பரிவற்ற நின்னுடைய அரிமாநோக்
கென்னுடைய பண்பை யெல்லாம்
அறிவற்ற தாக்குவித்த பெருங்கொடுமை
'அம்மம்ம' என்ன சொல்வேன்!
முறிவற்ற மெய்நட்பு அழிவற்ற
பெருவாழ்வின் மூல மன்றோ!
குறியின்றி அம்பெய்து பயனின்றிக்
கொன்றொழித்த கொடுவே டாசொல்!

ஏற்றமிகும் வேந்தனென உன்னழகுக்
கென்னகத்தை ஈந்து விட்டேன்;
மாற்றமுறும் வெறுங்கனவாய் மற்றவர்கள்
பரிகசித்தும் மறந்தே னில்லை.
போற்றுகின்ற மன்னர்பலர் ஏற்றிடவே
வந்தார்கள்; புறக்க ணித்தேன்,
ஆற்றல்மிகும் என்னரசே, அநியாயம்
செய்தென்னை அழித்தி டாதே!

பெற்றவரே என்றாலும் மற்றவர்க்கு
உரித்தான பெண்ணைப் பூட்டி
குற்றுயிராய் வதைத்திடவே கொண்டவரே
சகிப்பாரோ? கொடுமை தாங்கும்
கொற்றவரே! பிறர்எனையே இழிவுசெய்தால்
நின்பெருமை குன்றி டாதோ?
உற்றவராய் இருந்தாலும் துணைவியினைச்
சிறைப்படுத்த ஒப்ப லாமோ?

எண்ணற்ற இரவுபகல் நின்வருகை
எதிர்நோக்கி ஏங்கி ஏங்கிக்
கண்ணற்ற குருடர்விழிக் கழுவதுபோல்
உனைத்தேடிக் கண்ணீர் விட்டேன்!
அன்பற்ற அழகினிலே அளவற்ற
இச்சையுற்றால் அல்லல் வாழ்வைப்
பின்பற்ற நேருமென முன்புயான்
அறிந்தாலிப் பிழையே செய்யேன்!

கள்ளநட்புக் கொண்டவனாய் நள்ளிரவில்
வந்தவுனைக் கலந்து பேசி
உள்ளநிலை அறியாமல் வெளியழகில்
மயங்கிவிட்ட ஒருகுற் றத்தால்
எள்ளளவும் இன்பத்தை எண்ணாத
தண்டனையா ஏற்க வேண்டும்?
கள்ளமெதும் அறியாத என்துயரம்
களைந்திடவே கருணை செய்வாய்!

உன்னுடைய அழகெனக்கு இல்லையென்ப
தொப்புகிறேன்; உலகு முற்றும்
என்னுடைய அழகுக்கு இணையான
இன்னொருத்தி இருக்க மாட்டாள்!
கண்ணுடைய பேரழகா! நின்னுடைய
ஆசையினால் கருகிப் போகும்
பெண்ணுடைய பெருந்துன்பம் பார்த்திரங்கிப்
பிரியமுடன் பேசு வாயே!

செங்கடலின் மத்தியிலோ கருங்கடலின்
முனையினி லோ,தீக் கொழுந்து
பொங்குகின்ற பாலையிலோ, பனிஉறையும்
பாறையிலோ, புலியும் சிங்கம்
தங்குகின்ற காட்டினிலோ, எங்கேநீ
ரிருக்கின்றீர்? சாற்று வீரேல்
அங்குடனே வந்திடுவேன், அதுநரகே
என்றாலும் அன்போ டேற்பேன்!

எப்படியான் கெஞ்சிடினும் யாதொன்றும்
கூறாமல் எட்டி நின்று
வெப்பமிகும் பார்வையினால் சுட்டெரிக்கும்
அண்ணலரே! வேண்டு கின்றேன்;
இப்பொழுதே தங்கள்திருப் பெயருடனே
இருப்பிடமும், இறைவ னாணை
செப்பிடுவீர்!" எனக்கூறித் துடித்தெழுந்து
அவர்பாதம் சோர்ந்து வீழ்ந்தாள்!

அழகரின் பதில்:

"விண்ணமுதம் சுரக்கின்ற நீலநதிப்
பெருவளத்தால் விளங்கு கின்ற
என்பதியை முத்தமிடச் செங்கடலின்
பேரலைகள் இன்பம் கொள்ளும்
உன்னதமே பெறும் மிசுரி'ல் இருக்கின்றேன்.
அப்பதியில் உயர்வு மிக்க
மன்னவரின் முதலமைச்சர் யானாவேன்!"
எனச்சொன் னார்,மகிழ்ந் தெழுந்தாள்!

விழித்தெழுந்த இளவரசி நாற்புறமும்
நோக்கிஎதும் விளங்கா(து) நின்று
விழித்தெழுந்த அருங்கனவை அழித்துவிட்ட
தன்தவறை வெகுவாய் நொந்தாள்!
பழித்துரைத்த காதலனார் 'மிசுர்'பதியின்
அமைச்சரெனப் பாங்கி யர்க்கு
மொழிந்தவரை அடைந்திடவே தந்தையரை
அழைத்திட்டாள் வேகமாக!

தந்தையை வேண்டுதல்:

பாங்கியரும் தந்தையரும் பாய்ந்துவர
திருச்சுலைகா பார்த்துவிட்டு
"நீங்கியது என் துயரம் அவருடைய
இருப்பிட மேநா னறிந்தேன்!
ஏங்கியது போதுமினி, இங்கிருக்க
இயலாது, அவரைப் பெற்று
ஓங்கியொளிர் மிசுருக்குப் புறப்படவே
முனைந்திடுவீர், உடனே" என்றாள்.

தம்முடைய திருமகளார் சாற்றுகின்ற
வாத்தையினைத் தைமூஸ் கேட்டு
"செம்மையுடன் விளக்கிடுவாய் மிசுரிலவர்
இருப்பிடத்தைத் தெளிவாய்ச் சொல்வாய்!
இம்மையினில் அவரெங்கே இருந்தாலும்
இங்கழைக்க என்னா லாகும்;
நம்முடைய நாடுவிட்டு நாம்செல்லல்
இழிவன்றோ, நவில்வாய்!" என்றார்.

"சீருயர்ந்த 'மிசுரி'னிலே முதலமைச்சர்
பதவியிலே சிறப்புப் பெற்றுப்
பேருயர்ந்த அரசேஎன் நேரினிலே
கனவினிலே பேசிச் சென்றார்!"
பாருயர்ந்த பேரழகர் அவரன்றி
வேறொருவர் பாரேன்; யாரும்,
கூறுமிதை மறுக்காமல் ஏற்றிடுவீர்!"
எனச்சுலை காகூற லானாள்.

மகளுரைத்த மொழிகேட்டுத் திகிலடைந்த
தைமூஸு மனமு டைந்து
"புகழுடைய மிசுரினிலே முதலமைச்சர்
பதவியிலே பொறுப்புத் தாங்கித்
திகழுகின்ற அவர்வயதில் முதியவராம்!
அல்லா மல்திரு மணத்தே
மகிழுகின்ற எண்ணமவர்க் கிதுவரைக்கும்
கிடையாதாம் மகளே" என்றார்!

———

மயக்கும் அழகு

இயல்–31

பொருள் பெற்றிடப் பொருள்விற்றிடப்
  புவிசுற்றிடும் வணிகர்,
இருளற்றிடும் அதிகாலையில்
  இளஞ்சூரிய னொளியில்
பொருள்விற்றிட 'அனாபீஸ்' நகர்
  புகுந்தேஒரு புறத்தில்,
பொருள்முற்றிலும் பரப்பிஅரும்
  பொருள்விற்றிட முனைந்தார்!

விற்கின்றதில் திறம்பெற்றவர்
  வருவோர் தமை யழைத்துக்
கற்கண்டெனும் சொற்கொண்டவர்
  கனிவாய் விலைகூறி
நிற்கின்றன ரெனினும்பலர்,
  நேராகவே மாலிக்
விற்கும்பொருள் தனைச்சூழ்ந்திட
  வியந்தார் பிறவணிகர்!

வாங்குகின்றதில் விற்கின்றதில்
  வாய்க்கும் பொதுலாபம்
தாங்கட்கெலாம் உண்டென்பதைச்
  சற்றும் நினைக்காமல்
ஏங்கிமனம் வீங்கிஅவ
  ரெல்லோருமே, மாலிக்
தீங்கேதமக் கிழைத்தாரெனச்
  சினம்பொங்கிட நின்றார்!

"இருமனமும் ஒப்பிவிடில் பெருவயது
என் செய்யும்? எந்தை யேநீர்
திருமணத்திற் கழைத்திடுவீர், மறுத்தாரேல்
யானழிதல் திண்ண மென்பீர்!
பெருமனமாய் அவருடைய அடிமையரில்
ஒருத்தியெனப் பெறவே சொல்வீர்!
ஒரு கணமும் இழக்காது உடன்செல்வீர்!
இன்றேல் யான் ஒழிவேன்!" என்றாள்.

"உனதுவிதி இவ்விதமாய் இருந்தக்கால்
யான்செய்வ தொன்று மில்லை;
எனதுமகிழ் வெல்லாமுன் இன்பமதே
அல்லாமல் ஏது மில்லை!
நினதுமனம் போலின்றே தூதனுப்பி
அவரிடத்தே நேரிற் சென்று
மனமறிந்து மணமுடிக்க அழைத்துவரச்
செய்கின்றேன் மகளே!" என்றார்.

வருவோரெலாம் பொருளேதையும்
வாங்காமலே நிற்க,
ஒருமாயமும் அறியாமலே
உளம்நொந்திடும் மாலிக்
அருகேயுள முதியோர்முகம்
அன்பாகவே நோக்கிப்
"பொருளேதுமே வேண்டாமெனில்
போவீர்!" எனச் சொன்னான்.

ஆவல்மிகக் கொண்டேஅவர்,
அங்கேபொருள் பரப்பி
ஏவல்செயும் இளவல்முகம்
இனிதாகவே பார்த்து
"பூவில்புகழ் மேவும்எழில்
பொருந்தியுள இவன்நும்
தேவியரின் செல்வமகன்
தானே?" எனக் கேட்டார்.

மற்றொருவர் மாலிக்கிடம்
"மாசற்றிடும் அவரைப்
பெற்றவரும் நீரோ, இலை
பிறரோ?" எனக்கேட்க,
"விற்றிடவா வந்தீ"ரென
வேறொருவர் வினவ,
முற்றிலுமே வெறுத்தேமறு
மொழிகூறினார் மாலிக்.

"வேண்டும்பொருள் கேட்டீரிவன்
விற்கும்பொரு ளல்லன்;
மீண்டும்எதும் கேட்காமலே
வேறோரிடஞ் செல்வீர்,
தீண்டும்படிச் செய்யீர்!" எனச்
சீறிவிழுந் தப்பால்
தாண்டித்திரை மாட்டிக்கடை
சாத்தினனே மாலிக்!

நின்றோர்மனம் மிகநொந்திட
நெடுமூச்செறிந் தப்பாற்
சென்றார், பலர் புதிதாகவே
திரண் டேதுயர் கொண்டார்!
ஒன்றாயவர் மாலிக்கிடம்
"உங்கள்மகன் அழகை
நன்றாய்ப்பலர் பார்த்ததுபோல்
நாம்காணவும் செய்வீர்!"

என்றேங்கியே நின்றோரிடம்,
"எழிலாகிய அவனை
நன்றாகவே காண்பதெனில்
நால்வர் இரு*திரஹம்
குன்றாமலே தந்தீரெனில்
குறைபோக்கிடக் கூடும்"
என்றார். "இதுநன்றே" என
இருப்போ ரிசைந்தனரோ

* திரஹம் - அரபு நாட்டின் நாணயப் பெயர்.

கூட்டம்கலைத் திடவேஅவர்
கூறியதற் கொப்பக்
கேட்டவுடன் மாலிக்மனம்
கிட்டாப் பெருஞ்செல்வம்
காட்டின்நடுக் கிணற்றில்இறை
காட்டியதாய் எண்ணி
நீட்டும்பணம் பெற்றுத்தடை
நீக்கிப்பலர் விட்டார்!

தாங்கள் கிணற்றில் கண்டெடுத்த பேரழகரைக் காண்பதற்கே, மக்கள் கூட்டம் கூட்டமாய் வந்து காணிக்கை கொடுத்துக் கண்டு செல்வதை அறிந்த மாலிக்கும், அவரது சகாக்களும், இவரை விற்பனை செய்வதனால் பெருந் தொகை விலையாகக் கிடைக்குமென்று நம்பினர். மனிதரை விலை கொடுத்து அடிமை கொள்வது அக்கால வழக்கம். இம்முறைப்படி இந்த அழகரை அதிக விலைக்கு விற்பதற்கேற்ற இடமாக எகிப்தில் சந்தையைத் தேர்ந்து அங்கு நோக்கிப் பிரயாணம் செய்தனர், மாலிக்கும் அவர் சகாக்களும்.

(இஃதிங்ஙனமிருக்க எகிப்து முதலமைச்சரைக் காணச் சுலைகாவின் தந்தை-மன்னர் தைமூஸ் அனுப்பிவைத்த தூதுவர்கள் திரும்பி வந்துவிட்டனர். தங்களின் கோரிக்கைக்கு அஜீஸ் கூறிய மறுமொழியை மன்னரிடம் கூறலாயினர்.)

காதல் யாத்திரை

இயல்–32

“தன்னுடை நாட்டின் கடமையை விடுத்துத்
தான்வர இயன்றிடா தெனவே
மன்னவர் தைமூஸ் விரும்பிடில், பெண்ணை
மணமுடித் தனுப்பிடில் ஏற்பேன்!”
என்பதாய் மிசுரின் அமைச்சர் அஜீஸு
இயம்பிய யாவையும் தூதர்
சொன்னதும் தைமூஸ் சுலைகாவை அவர்க்குச்
சுபமணம் செய்திடத் துணிந்தார்!

மன்னரின் அறிவிப்பு:

“அருங்குணம் படைத்த மிசுரின்நல் லமைச்சர்
அஜீஸும் என்திருமகள் சுலைகா
இருமனம் பொருந்தி ஒருமன மடைந்து
இல்லறம் நடத்திடத் துணிந்தார்!
திருமணம் புரிந்து சுலைகாவை அனுப்பத்
திரண்டிடு வீர்!”எனும் செய்தி
நறுமணம் எனவே எங்கணும் பரப்ப
நவின்றனர் மன்னர் தைமூஸே!

மக்களின் மகிழ்ச்சி:

எங்கிலும் சுலைகா திருமணச் செய்தி
எட்டிடக் குடிகளெல் லோரும்
தங்களின் சொந்தத் திருமண மெனவே
தனிப்பெரும் மகிழ்ச்சியே அடைந்து

மங்கலச் சங்கு முழக்கியே இறையின்
    மலரடி வணங்கியே நின்று
"எங்களின் அரசி இல்லற வாழ்வில்
    இன்பமே பொங்குக!" என்றார்.

புதுமணமும் புன்னகையும்:

வீடலங் கரித்து வீதிகள் துலக்கி
    விதவிதத் தோரணம் அமைத்து
நாடலங் கரித்து அரண்மனை அடைந்த
    நற்குடி மக்களின் முன்னே
தேடருஞ் செல்வம் சுலைகாவை அழைத்துத்
    திருமணச் சடங்குகள் முடித்தார்!
ஆடவர் பெண்டிர் அனைவரும் வாழ்த்த
    அரும்பினள் புன்னகை சுலைகா!

இன்பமும் துன்பமும்:

தன்மகள் புரிந்த அழகுப்புன் னகையில்
    தன்னையே மறந்த தைமூஸு
"என்மகள் சுலைகா மூன்றுஆண் டாக
    இழந்தநல் லின்பமே இன்று
கண்டுளம் மகிழ்வே கொண்டது எனினும்
    கண்மணி பிரிந்திடும் துயரம்
வென்றிட இயல வில்லையே!" என்று
    விம்மினார், விழிகளைத் துடைத்தார்!

தந்தையர் வருந்தத் தோழியர் வருந்தச்
    சபையினர் யாவரும் வருந்தச்
சுந்தரச் சுலைகா பெருமகிழ் வுடனே
    துயர்ப்படும் தந்தையைப் பார்த்து
"சிந்தையி லின்பம் சுரந்திடச் செய்து
    தீமையாய் வருந்துதல் முறையோ?
எந்தையே மீண்டும் துன்புறுத் தாதீர்!"
    என்றனள். அனைவரும் வியந்தார்,

புலவரின் போதனை:

அருங்கவி வாணர் அமைதியாய் எழுந்து
அவையினர், அரசரை நோக்கிப்
"பெருமையாய்ப் பெற்று வளர்த்தவர் தமையும்
பிறந்தவர், உறவினர் தமையும்'
அருமையாய்க் கூடி இருந்தவர் தமையும்,
ஆரூர்த் தோழியர் தமையும்,
பெருமையாய்ப் பெற்ற கணவனுக் காகப்
பிரிவதே பெண்மை!"யென் றுரைத்தார்.

"பிறந்திடும் கொடியி லிருந்திடும் மலர்கள்
பெருமையே பெற்றிடா துதிரும்
பிறந்திடும் மனையி லிருந்திடும் பெண்ணும்
பிறவியின் பெருமையை இழப்பாள்.
பிறப்பிட மன்றிப் புகுமிடம் சிறப்புப்
பெற்றிடும் மலர்களே பெண்கள்;
மறந்திடல் வேண்டாம்!" என்றனர் கவிஞர்
மன்னரும் மனத்தெளி வடைந்தார்!

"இற்றைய நாளாய் என்னுயிர்க் குயிராய்
இருந்திடும் சுலைகாவை 'மிசுரி'ன்
கொற்றவர் விரும்பும் அமைச்ச ரஜீஸின்
குலவிளக் காக்கினம்!" என்று
சுற்றிலும் நோக்கிக் கூறிய தைமூஸ்
சுலைகாவி னருகினிற் சென்று
"முற்றிலும் எனது பொறுப்பிலிருந் துன்னை
விடுதலை செய்தனம்!" என்றார்.

"விரும்புவ தெதையும் வேண்டிடில் தருவேன்
விளம்புக!" என்றனர் தைமூஸ்!
"தருவதைத் தவிரப் பெறுவதற் கில்லை
தந்தையே!" என்றனள் சுலைகா!
"அரும்பொரு ளொன்றை அளித்திட வேண்டும்
ஆருயிர்ச் செல்வமே!" என்றார்.
"தருவதற் கியன்றால் தருகிறேன்!" என்றாள்
"தந்திடு பேரனை!" என்றார்.

மன்னரின் வார்த்தை சுலைகாவின் முகத்தை
மாலையின் செந்நிற மாக்கப்
புன்னகை புரிந்து தலையினைக் கவிழ்த்துப்
புதுப்பொலி வடைந்தனள் சுலைகா!
தன்னுடை விருப்பை ஏற்றதற் கென்றே
தவமகள் சிரம்வணங் கியதாய்
எண்ணிய தைமூஸ் இதயமே மகிழ்ந்து
இன்னுயிர்ப் புதல்வியை அணைத்தார்

இருந்தவ ரெல்லாம் வாழ்த்தொலி எழுப்ப
இன்னுயிர்த் தோழியர் சூழப்
பெருந்தவம் பலித்த பெருமிதத் தோடு
பெற்றவர் பாதமே பணிந்து,
"வருந்திடல் வேண்டாம்!" என்றனள் கண்ணீர்
வடிந்தது அவளறி யாமல்
பெருந்துயர் மறைத்து விழிகளைக் கசக்கிப்
"பெருமையாய் வாழ்கநீ" என்றார்.

பாவலர் இசைக்கச் சுலைகாவைத் தங்கப்
பல்லக்கி லேற்றிய தைமூஸ்
ஏவலர் சிலரும், தோழியர் பலரும்
எண்ணிலா இரத்தினப் பொதியும்
காவலர் சூழக் காணிக்கை யாக்கிக்
கவனமாய் 'மிசுரி'னைச் சேர்க்க
ஏவினர்! முரசு ஒலித்தது; சுலைகா
ஏற்றனள் காதல் யாத்திரையே!

———

அஜீஸின் வரவேற்பு

இயல்–33

தன்னுடை அமைச்சர், இல்லறத் துணைவி
　　தகைமிகும் தைமூஸின் புதல்வி
மின்னிடைச் சுலைகா வருகையைக் குறித்து
　　*மிசுரதி பதிரயான் மகிழ்ந்து
விண்ணிடை ஒளிரும் தாரகை எனவே
　　விளக்குகள் அரண்மனை ஏற்றித்
தன்னுடை நாட்டின் பொதுவிடு முறையாய்ச்
　　சாற்றினர், மக்களும் திரண்டார்!

நாட்டினுக் குழைக்கும் கடமையே பெரிதாய்
　　நற்பணி யாற்றிடும் அமைச்சர்
வீட்டினுக் கேகும் வீதியின் மருங்கில்
　　விருப்புடன் கூடிய மக்கள்,
பாட்டையின் முனையை நோக்கவே, தங்கப்
　　பல்லக்குக் கண்டனர். வீரர்
ஈட்டியை ஏந்தித் தங்களின் தோளில்
　　ஏற்றனர் பல்லக்கைப் பணிந்தே!

குதிரையில் வீரர் அணிவகுத் திடவே
　　குறுநகை தவழ்ந்திட அமைச்சர்
எதிரினிற் சென்று சுலைகாவைக் காண
　　ஏங்கினார்! தோழியர் அறிந்தார்.
மதிலெனப் பெண்கள் சிவிகையைச் சூழ்ந்து
　　"வாழ்கவே! அமைச்சர்!" என்றொலிக்க,
எதிரொலி "சுலைகா வாழ்கவே!" என்று
　　எழுந்தது மக்களின் நடுவில்.

---

* மிசுரதிபதிரயான்: எகிப்தின் அரசர் பெயர். ரயான்-பின்-வலீத்.

தன்னுயிர் நாதன் இன்முகம் நோக்கத்
தவித்திடும் சுலைகா பல்லக்கின்
முன்திரை விரலால் விலக்கியே பார்க்க
முதுகுதான் தெரிந்தது; அதிர்ந்தாள்!
பின்திரை விலக்கிச் சேடிய ரழைத்துப்
பெருந்திகி லடைந்தவ ளாக,
"என்னுயிர்க் காதல் ஏற்றவர் இவரா?"
என்றனள். தோழியர் விழித்தார்!

குண்டுகள் முழங்கக் கருவிகள் இசைத்துக்
குழுமியோர் நறுமலர் தெளிக்கக்
கண்டவர் வியக்கும் வண்ணமாய் மகளிர்
களிநடம் புரிந்திடச் செல்வர்,
மண்டலம் வியக்கும் அரும்பொருள் பரிசாய்
வழங்கிடச் சுமந்துவந் திடவே
அண்டரும் வியக்க அமைச்சரின் இல்லம்
அடைந்தது மணமகள் பவனி!

மாசறும் சுலைகா மலரடி தனது
மாளிகை மிதிப்பதை அமைச்சர்
பேசரும் பேறாய்க் கருதியே மகிழ்ந்து
பெருமையாய்ப் பல்லக்கை இல்ல
வாசலில் நிறுத்தித் திரையினை விலக்கி
"வருகவே!" என்றதும் சுலைகா
ஆசையாய் நோக்கி அருவருப் புடனே
'ஆ'என அலறியே சாய்ந்தாள்.

பாங்கியர் விரைந்து மணமகள் முகத்தில்
பன்னீரைத் தெளித்திட, அமைச்சர்
ஏங்கிட, அருகில் இருந்தவர் 'களைப்'பென
இயம்பிட, இவர்களி லொருவர்,
"தூங்கிடில் களைப்பு நீங்கிடு" மென்றார்.
தோழியர் சுலைகாவைக் கரத்தில்
தாங்கியே இல்லம் நுழைந்தனர். அமைச்சர்
தனிமையில் தவித்திட லானார்.

மயக்கமே தெளிந்த சுலைகாவின் விழிகள்
மருண்டன. நினைப்பதைச் சொல்லத்
தயக்கமே கொள்ளும் நாவினைக் கடித்துத்
தாதியைத் தழுவியே அழுதாள்!
வியக்கவே நிற்கும் தோழியை நோக்கி,
"விரும்பிய திவரிலை" என்றே
இயக்கமே இழந்து சிலையெனச் சாய்ந்தாள்.
ஏங்கின பாங்கியர் இதயம்!

இருளிலே ஒளி

இயல்–34

கனவாகிய பசுஞ்சோலையில்
    காய்த்தகனிச் சுவையில்
மனமாகிய ஆசைப்பசி
    வளர்ந்தோங்கிய நிலையில்
பிணமாகிய சுலைகாவிடும்
    பெருமூச்சிடைத் தவழும்
கனலாகிய கொடுந்துன்பமே
    கண்டாளுயிர்த் தோழி.

அலைமோதிடும் நினைவாலெதும்
    அறியாமலே அமைச்சர்
மலைமோதிடும் படியேஅவர்
    மனம்மோதிடும் நிலையில்
தலைமோதிட நிலையோரமே
    தனியாய் இருந்தி டவே
கலைமோதிடும் கவிநெஞ்சௌக்
    களைந்தாள்துயில் சுலைகா!

துடித்தேவுடன் எழுந்தாள், அருந்
    தோழியினைத் தாவிப்
பிடித்தே அரு கிழுத்தாள், எதும்
    பேசாமலே நெஞ்சம்
வெடித்தேவிடு மெனவேமிக
    விம்மிடவே கண்ணீர்
வடித்தாள். மதுக் குடித்தாளென
    மயங்கித்தரை வீழ்ந்தாள்!

சாய்ந்தேவிழுந் தாளாயினும்
    சற்றேகிடந் தாளா?
பாய்ந்தேஎழுந் தாளே,மனம்
    பதறிஅழு தாளே!
“ஓய்ந்தேகிடந் தேனே, இங்கே
    ஓடிவரச் செய்தே
மாய்ந்தேமறைந் தானோ, எனை
    மறந்தேபிரிந் தானோ?”

“மானம்இழந் தோனாயினும்
    மனையாளினைப் பிறர்க்கே
தானம்புரி வானோ, பெருந்
    தர்மம்இது தானோ?
ஈனம்அடைந் தேனே, அவ
    மானம்எனக் காமோ?
நாணம்இழந் தானோ, கொடை
    ஞானம்பயி லானோ?”

“எங்கேயடி என்நாயகன்
    எங்கேயடி தோழீ!
இங்கேஇலை அங்கேஇலை
    அவனெங்கிலும் இலையோ?
இங்கேஅவன் அமைச்சன்என
    இயம்பியதும் பொய்யோ?
எங்கேயடி, சொல்லுங்கடி?”
    என்றாள்சுலை காவே!

ஏங்கியழும் சுலைகாவினுக்
    கேதும்உரைக் காமல்
பாங்கியரும் மனமேங்கிடப்
    பார்த்தார்முத லமைச்சர்,
வீங்கியது நெஞ்சம்,அவர்
    விரைந்தாரவள் மஞ்சம்
“தூங்கிஎழத் துயர்நீங்கிடும்,
    சுலைகா!” எனச் சொன்னார்.

நீங்காத்துயில் கொள்ளும்வழி
    நீரேஅறி வீரோ?
தூங்காமனம் தூங்கும்முறை
    சொல்லப்பயின் றீரோ?
தீங்காயெனை இங்கேவரச்
    செய்தே, பெருஞ் சதியால்
தாங்காத்துயர் தந்தீர், இது
    தருமோ?" எனக் கேட்டாள்.

"துயரால்மனம் துடித்தேபழி
    சொல்லும்சுலை காவே?
அயலார்துயர் சகியாஎனை
    அறியாதுரைக் கின்றாய்.
தளவாய்உனை மணம்செய்திடத்
    தைமூஸ்அழைத் ததனால்
மயலாகிய உனைப்பெற்றிட
    மனமொப்பினன்" என்றார்.

"மனமேமிக நேசித்திடும்
    மணவாளரின் வடிவில்
எனையேமயக் கிடப்பேயினை
    ஏவியது முறையோ?
உனையேமணந் திடவேபெயர்
    உரைத்ததுவும் சரியோ?
"எனையேநெருங் காதீர்!" என
    இசைத்தாள் சுலைகாவே!

அரும்பாமலர் கொய்யேன், எனை
    அழைத்தால்வரு கின்றேன்.
விரும்பாவிடில் நெருங்கேன்எதும்
    வேண்டில்தரு கின்றேன்.
கரும்பாகிய மொழிபேசியே
    களிப்போடிருந் திடுவாய்!
ஒருபாபமும் அறியேன்!" என
    உரைத்தார்முதல் அமைச்சர்!

விதியை வேண்டல்:

"முன்பேஒரு வரையேமனம்
முற்றும் வரித்திடவே
பின்பேபிறி தொருவர்கரம்
பிடிக்கும்படிக் கனவால்
பெண்பேதையை ஏமாற்றிடும்
பிழையாற்றிய விதியே!
கண்பார்த்திடு இனியாகிலும்
கற்பாயினுங் காப்பாய்!"

இறையை வேண்டல்:

காதல்தரும் நாதன்பெறக்
கருணைமறுத் திடினும்,
சாதல்அளித் தனையோ? அதைத்
தரவும்மறுத் தனையே!
பாதம்பணி கின்றேன்எனைப்
படைத்தஇறை யோனே!
காதல்அழித் தனையாயினும்
கற்பாயினுங் காப்பாய்!"

என்றேஅழும் சுலைகாமன
இருள்போக்கிடும் ஒளியாய்
"ஒன்றேஉரைக் கின்றேன்மிக
உறுதியுடன் வாழ்வாய்!
என்றாகிலும் நின்நாயகன்
இங்கேவரல் திண்ணம்
குன்றாதுயர் கற்பே" எனக்
கூறியது நெஞ்சே!

தூது அனுப்புதல்

இயல்–35

உள்ளத்தின் அடித்த ளத்தே
ஊற்றெனச் சுரக்கும் இன்ப
வெள்ளத்தைக் கடந்து வாழ்வின்
வெற்றியைக் காண, ஐயப்
பள்ளத்தை விட்டு மீண்டு
நம்பிக்கை பற்றிச் செல்லச்
சொல்லிடும் நெஞ்சு ணர்வில்
துயர கற்றினள் சுலைகா

காதலர்க் குரிய கற்பைக்
காத்திடக் கூடு மென்ற
ஆதர வளிப்ப தற்கே
அமைச்சரும் அகன்றார் போன்று
வேதனை மாற்றி வான்
வெளியினை நோக்க, மங்குல்
சீதள மதியைச் சூழச்
சிரித்தது சுலைகா எண்ணம்!

மேகத்தை வேண்டுதல்:

"ஒளிமிகும் மதிமு கத்தை
உரிமையாய்த் தழுவி உள்ளம்
களிப்புறக் காதல் செய்யக்
கருதிடும் முகிலே, வான

வெளியினில் உலவும் நீயென்
மீதினில் இரங்கி எங்கோ
ஒளிந்துள காத லர்க்கென்
உளத்துடிப் புரைத்தி டாயோ?"

திங்களைச் சாடுதல்:

"முகிலையே முத்த மிட்டு
முறுவல்செய் மதியே! இந்த
அகிலமே காண வல்ல
அழகொளி பெற்ற நீயென்
மகிபரைக் கண்ட துண்டோ?
வாழ்ந்திடும் இடமும் எங்கோ?
தகித்திடும் ஆசைத் தீயைத்
தணித்திடச் சொல்லு வாயே!"

"வேட்கையின் வெப்பம் தீர்க்க
வேண்டினால் ஆசைத் தீயை
மூட்டிவிட் டெனது நெஞ்சை
முன்னின்று கொதிக்கச் செய்து
வாட்டிடும் மதிய மேஎன்
வேதனை வளர்க்க வேண்டாம்.
நாட்டினில் காட்டில் என்றன்
நாதனைப் பார்த்த துண்டோ?"

"பெண்களின் ஒளிமு கத்தின்
பெருமையைக் கூற நாடும்
கண்களின் உவமை யாகும்
கலைமதி நீயே, என்றன்
புண்களைக் கிளற வேண்டாம்;
பொறுமையும் அழிக்க வேண்டாம்
உன்னெழில் அழிந்து தேய்ந்து
ஒழிந்திடும், என்போ லாவாய்!"

"என்னுயிர்க் காத லர்க்கு
யான்படும் துன்பம் சொல்ல
உன்மனம் ஒப்பா தென்ன
உனக்கெதும் பிழைசெய் தேனோ?

பெண்மனம் சுட்டெ ரிக்கும்
    பெருந்தழற் பிம்ப மான
கன்மனத் திங்க ளேநீ!
    கடிதினில் மறைந்து போவாய்!"

துயர்படும் சுலைகா வீசும்
    சுடுமொழி தாங்காத் திங்கள்
பயத்துடன் கங்கு லுள்ளே
    பதுங்கிடக் கண்டு, வெற்றி
நயத்துடன் சோலை நோக்கி
    நடந்தனள், அங்கே புட்கள்
வியப்புடன் கீச்சிட் டேதோ
    விளம்பிடக் கேட்க லானாள்.

புட்களுடன் பேசுதல்:

"உரிமையாய்ப் பெடையைக் கூடி
    உள்ளமே மகிழும் புட்காள்!
அருமையாய் வரித்த நாதன்
    அடைந்திடா துருகும் என்னைச்
சிறுமையாய் மதித்து எண்ணிச்
    சிரிப்பது கொடுமை யன்றோ?
பெருமையாய்க் குலவும் நீங்கள்
    பிரிவினால் துடித்த துண்டோ?"

"விண்ணிடைப் பறக்கும் போதும்,
    விரிகிளை தாவும் போதும்
குன்றிடை அமரும் போதும்,
    குளித்துடல் உலர்த்தும் போதும்
உன்கையில், உறங்கும் போதும்
    உடலுயிர் போன்று உள்ளம்
ஒன்றிடும் புட்காள்! என்றன்
    ஊழ்வினைக் கிரங்கி டீரோ?"

"கானகம் சென்றி ருப்பீர்;
    கடல்மலை கண்டி ருப்பீர்;
வானகம் முழுதும் சுற்றி
    வையகம் அளந்தி ருப்பீர்;

யானகம் நொந்து தேடும்
　ஏந்தலைக் கண்ட துண்டோ?
தேனமு துண்ணும் புட்காள்
　தெரிந்ததைச் சொல்லு வீரே!"

கெஞ்சிடும் சுலைகா துன்பம்
　கேட்டதும் பெடையைக் கூடிக்
கொஞ்சிடும் புட்கள் உள்ளம்
　குமுறிடப் 'பெண்மை அன்பில்
நஞ்சிடும் ஆண்மை' குற்றம்
　நவின்றது பெடையே ஒன்று.
"துஞ்சிடும் புட்காள்! என்றன்.
　துணைவருக் குரைப்பீர்!" என்றாள்.

ஏங்கிடும் சுலைகா வார்த்தை
　ஏற்றது போன்று புட்கள்
மாங்கிளை 'சலச ல'க்க
　வான்வெளி பறந்து செல்ல
வீங்கிடும் விழியி லின்பம்
　விளைந்திடச் சுலைகா நோக்கப்
பூங்கொடி மகிழ்ந்து ஆடப்
　புகுந்தது கூதிர்க் காற்றே!

காற்றை ஏவுதல்:

தன்னுடை விலக்கி மெல்லத்
　தழுவிட முயலும் காற்றை
மின்னிடை சுலைகா தள்ளி
　மேலுடை சரிப்ப டுத்திக்
"கண்ணிடைத் தோன்றா வண்ணம்
　கருத்தினில் நுழையும் காற்றே!
என்னுயிர்க் காதல் வேந்தன்
　எழிற்கரம் நீயோ, சொல்வாய்!"

"எங்கவ ருள்ளா ரென்றே
　இயம்புவாய்; இல்லை என்றால்
அங்கெனை அழைத்துச் செல்ல
　அன்புடன் இசைவாய்! மேலும்

இங்கெனை இருக்க வைத்தால்
  என்னுயிர் இருக்கா தென்றே
அங்கவ ரறியச் செய்வாய்
  அரணையும் கடக்கும் காற்றே!"

"புவனமே எங்கும் சென்று
  புகழ்பெறும் காற்றே! என்றன்
கவனமே கவர்ந்து காதல்
  கனவிலே மயக்கி விட்ட
அவரையே இதுவ ரைக்கும்
  அகிலமே காண்கி லையோ?
இவரையே முன்னர் கண்டு
  இன்றுநீ மறந்த னையோ?"

"சிலர்முக மேனும் என்றன்
  செம்மலின் வதனம் போன்று
உலகிடைக் கண்ட துண்டோ?
  ஒளிமுகம் ஒன்று தானே!
பலர்முகம் பார்த்த தாலென்
  பதிமுகம் மறக்கப் போமோ?
மலர்முகம் தழுவிச் சென்று
  மணம்பெறும் காற்றே சொல்வாய்!"

"எங்கிலும் அவரை நீயே
  இதுவரை காணா விட்டால்
இங்கிருந் துடனே சென்று
  ஏந்தலைத் தேடி, நெஞ்சில்
பொங்கிடும் துயரைச் சொல்லிப்
  புலருமுன் வரவே செய்வாய்!
இங்கவர் வரம றுத்தால்
  இருப்பிடம் எனக்குச் சொல்வாய்!"

"காட்டையும் கடலை யும்நீ
  கடந்திடும் ஆற்றல் பெற்றாய்;
பூட்டிய சிறையி னுள்ளும்
  புகுந்திடும் திறமை பெற்றாய்

வாட்டிடும் அன்பு வேட்கை
 வளர்த்திடும் காற்றே! காதல்
ஊட்டிய அவரை மீண்டும்
 ஒருமுறை காணச் செய்வாய்!"

"விண்ணிடைப் பறந்து பாராய்
 விரிகடல் மூழ்கிப் பாராய்,
மண்ணிடை எங்கும் பாராய்
 மன்னவன் தன்னைத் தேடி;
என்மனத் துன்பம் கூறி
 இங்கவர் வரவே செய்வாய்,
உன்துணை யின்றி மற்றோர்
 உரைப்பதை உணர்வார் யாரே?"

இறைஞ்சிடும் சுலைகா ஆணை
 ஏற்றது போன்று காற்று
பறந்தது நான்கு திக்கும்
 பரிதியும் உதிக்க லானான்.
பிறந்தன நாட்கள். வாரம்
 புகுந்தது திங்கள் தோன்ற
விரைந்தது காலம், துன்பம்
 வளர்ந்தது சுலைகா நெஞ்சில்.

———

அடிமைச் சந்தையில்

இயல்-36

பெண்மைக்கு விலைவைப்போர், பெருமைக்குப்
பொருளீவோர், பேறாய்க் கிட்டும்
அன்புக்கு விளைகேட்போர், அறிவுக்கு
விலைவைப்போர், அடைதற் கொண்ணாப்
பண்புக்கு விலைசொல்வோர் மிகுந்துள்ள
உலகத்தில் பணமே ஈந்து
தொண்டுக்கு அடிமைபெறும் மிசுரின்பெருஞ்
சந்தையிலே சூழ்ந்தார் பல்லோர்!

பெற்றெடுத்த மதலையரை வளர்ப்பதற்குக்
கிழத்தாதி பெறவந் தோரும்
கற்பழியாக் கன்னியரை அடிமைபெற
வந்தவரும், காட்டும் வேலை
அற்புதமாய்ச் செய்சிறுவர் அடைவதற்கு
வந்தவரும், அரைநொ டிக்குள்
நற்பதமாய் நல்லுணவு சமைப்பவரை
வாங்கிடவும் நின்றார் பல்லோர்!

வறுமையினால் தம்மகளை விலைகூறும்
தந்தையரும், வாழ்வி ழந்த
சிறுமையினால் தனைத்தானே விற்கின்ற
விதவையரும், செல்வ மைந்தர்
பெருமைபெறும் கல்விபெறத் தனைவிற்குந்
தாய்மாரும், பெற்றோர் துன்ப
வறுமையினைத் துடைத்திடவே அடிமைப்பட
வந்தவரும் வணங்கி நின்றார்.

தலைகுனிந்து நிற்கின்ற அடிமையரை
விலைபேசும் தரக ரின்பால்
விலையறிந்து அடிமையரின் தரமறிந்து
பேரஞ்செய் வித்தார் செல்வர்.
நிலையறிந்து மாலிக்கு தம்மடிமை
விற்றிடவே நினைவு கொண்டு
"கலையறிந்த அழகனைத்தும் பெற்றவனை
எல்லோரும் காண்பீ" ரென்றான்.

வந்தவரில் பெரும்பாலோர் வியப்புற்று
மாலிக்கின் வார்த்தை கேட்டுச்
"சுந்தரனைக் காட்டிடுவீர் விலையென்ன
வென்பதையும் சொல்வீர்!" என்றார்.
"சந்திரனுக் குரியவிலை சாற்றுதற்கு
இயன்றிடுமோ? தகைமிக் கோரே!
எந்தவிலை மதிக்கின்றீ ரென்பதைநீர்
இயம்பிடுவீர்!" என்றான் மாலிக்.

"சந்திரனைக் காணாமல் விலைவைக்க
இயன்றிடுமோ? சற்றே கண்டான்
சுந்தரனுக் கேற்றவிலை கூறிடுவோம்!"
என்றொருவர் சொல்ல, மற்றோர்
"தந்திரமாய் விற்பதற்கு முயல்கின்றான்!"
எனக்குற்றம் சாட்ட, மாலிக்,
"மந்திரமாய் நினைக்காதீர், மயங்காதீர்
மாயமென மலைத்தி டாதீர்!"

"எம்மடிமை இவனழகைக் காண்பதற்கும்
காணிக்கை ஈந்தார் பல்லோர்!
தம்மடிமை யாக்குதற்கு எண்ணற்ற
செல்வர்கள் தயவாய்க் கேட்டார்!
எம்மடிமைக் கேற்றவிலை தருபவர்கள்
மிசுரிலிருக் கின்றார் என்றோம்.
உம்மடிமை யாக்கிடுவோம் உயர்ந்தவிலை
கேட்டிடுவீர் உடனே" என்றான்.

"பொருளுக்குத் தக்கவிலை தருகின்றோம்!"
என்றொருவர் பொதுவாய்ச் சொல்ல,
"இருக்கின்ற பொன்னெல்லாம் எழில்மிக்கோன்
என்றக்கால் ஈவேன்!" என்று
'நறுக்' கென்று அருகிருந்த சீமாட்டி
நவின்றிட்டாள். நன்றி கூறி
'விறுக்' கென்று திரையினையே மாலிக்
விலக்கிடவே வியந்து நின்றார்!
"வாருங்கள்! அருகினிலே வந்தழகன்
திருமுகத்தின் வனப்பு முற்றும்
பாருங்கள். பார்த்தவர்கள் நகருங்கள்;
மற்றவரும் பார்க்க வேண்டும்!
கூறுங்கள் தக்கவிலை! விலைமிக்கப்
பொருளேனும் கொண்டு வந்து
தாருங்கள்!" எனமாலிக் சாற்றிடவே
மனமுடைந்தார் செல்வ மற்றோர்;

கண்டவரில் பெருஞ்செல்வர் மெய்சிலிர்க்க
வாயடைத்துக் கண்கள் பூத்து
நின்றனரே யல்லாமல் சொன்னபடி
விலைகேளா நிலையி லானார்!
"நன்றலவே பேச்சிழந்து நிற்பதுவே
எனமாலிக் நடுவில் கேட்க
நின்றிருந்தோர் நினைவடைந்து இளைஞரது
அருகினிலே நெருங்கி வந்தார்!

"பொன்பத்து ஆயிரமே தருகின்றேன்!"
என்றொருவர் புகலக் கேட்டு
"வெண்முத்து இருமரக்கால் தருகின்றேன்"
எனமற்றோர் விளம்ப லானார்.
"கண்பொத்தித் திறந்திடுமுன் இவையிரண்டும்
சேர்த்தளிப்பேன் கைமேல்!" என்று
பொன்பத்து ஆயிரமும் வெண்முத்துப்
பையிரண்டும் ஒருவர் போட்டார்!

வாங்குபவர் போட்டியினால் விற்பவரின்
	பைநிறைக்கும் வாய்ப்பைத் தூண்டி
ஓங்குகின்ற பெருவணிகர் குலத்தலைவன்
	மாலிக்கு, உரத்து மீண்டும்
"வாங்குபவர் மேலும்விலை கேளுங்கள்!"
	என்றிடவே வழிவி லக்கி
ஆங்குவந்த ஒருகனவான் "அவனெடைக்கு
	எடை,புனுகு அளிப்பேன்!" என்றார்.

தலைநிமிர்ந்து இன்னொருவர் "இவனெடைக்குப்
	பசுந்தங்கம் தருவேன்!" என்று
விலையுயர்த்திக் கேட்டிடவே மற்றவர்கள்
	வியந்திடவே மீண்டும் மாலிக்,
"கலையுணர்ந்த அழகன்தனை அடிமைபெறும்
	பாக்கியத்தைக் கருத்தில் கொண்டு
நிலையுணர்ந்து மேலும்விலை கேட்டிடுவீர்!"
	எனமுழக்கி நிற்க லானான்!

பாய்ந்துவரும் புரவியினில் முதலமைச்சர்
	அஜீஸுவரப் பார்த்து, மற்றோர்
சாய்ந்தொதுங்கி இடமளிக்கச் சிரம்வணங்கி
	மாலிக்கு 'சலாமே' கூற,
ஆய்ந்துணர்ந்த நல்லமைச்சர் இளவல்திரு
	முகம்நோக்கி, 'அழகு யாவும்
தோய்ந்தொளிரும் இவனை'யுடன் தனதில்லம்
	கொண்டுவரச் சொல்ல லானார்.

பெரியவிலை கிடைக்குமெனும் பேராசை
	மாலிக்கின் பிடரி பற்றித்
துரிதமுடன் தள்ளிடவே அமைச்சருடன்
	மற்றவரும் தொடர்ந்து செல்ல
அரியவிலை தருவதற்கு ஒப்பியவர்
	வருத்தமுற அமைச்ச ரில்லப்
பெரியமதில் கடந்திடவே சுலைகாவின்
	தாதியர்கள் பிரமிப் புற்றார்!

சுலைகா காணுதல்:

'எழில்நிறையும் பேரழகன் அடிமைப்பட
வந்துள்ளாள்!' என்ற செய்தி
வழிமுழுதும் மொழிந்தபடித் தாதியர்கள்
சுலைகாமுன் வந்து நிற்க
விழிபொழியும் கண்ணீரைத் துடைத்தபடி
உடனெழுந்து விரைந்து சென்று
எழிலரசி சுலைகாதன் கடைவிழியால்
இளவல்முகம் இனிது கண்டாள்!
கண்டவுடன் மனம்துடிக்கக் கனவுமுகம்
புன்னகைக்கக் கதறி வீழ்ந்து
தண்டமிடக் கைதுடிக்கத் துயருரைக்க
நாதுடிக்கத் தன்னைச் சூழ்ந்து
நின்றவரை நோட்டமிட்டு விழிதுடிக்கும்
சுலைகாவை நிமிர்ந்து நோக்கி,
"நன்றிவரை வாங்கிடுவோம்!" என்றமைச்சர்
நவின்றபடி விலையைக் கேட்டார்!

மாலிக் கூறுதல்:

"தகைமிகுந்த பேரமைச்சே இவனெடைக்குப்
பலர் தங்கம் தருவோ மென்றார்.
தொகைமிகுந்த தென்றாலும் தாங்களெனை
அழைத்ததனால் துடித்து வந்தேன்.
நகைசொரியும் இவனுக்கெவர் அதிகவிலை
நல்குவரோ அவருக் கீவேன்.
தொகைமதிப்பைப் பொறுத்ததிது!" எனமாலிக்
துணிவாகச் சொல்ல லானான்.

"முன்புரைத்த விலைகளிலே அதிகம்தர
வேண்டுமென மொழிதல் கேட்டுப்
பின்புரைத்த பெருவிலைக்கு இருமடங்கு
யான்தருவேன் பெரியீர்!" என்றார்.
"நன்றுஇது போது," மென நவின்றிட்ட
மாலிக்கை நன்றி பொங்க
"நின்றிருப்பீர் சிறுநேரம்" எனக் கூறித்
தங்கத்தை நிறுக்க லானார்.

வந்திருந்த அனைவருடன் ஆங்கிருந்த
மற்றவரும் வியந்து நிற்கச்
சுந்தரனை ஒருதட்டில் வைத்துப்பொன்
மறுதட்டில் சுலைகா கொட்டச்
சிந்தையினுள் மகிழ்வுற்ற மாலிக்கு
கேட்டபடித் தங்கம் பெற்று
வந்தவழி சகாக்களுடன் சென்றிடவே
மன்னரவை அமைச்சர் சென்றார்!

தன்னருகில் நிற்கின்ற எழிலனுடன்
பேசிடவே சுலைகா உள்ளம்
எண்ணுவதை ஏற்றாலும், நாணமவள்
செவ்விதழை இறுக்கிப் பொத்தப்
பன்னெடுநாள் தம்கனவு பலித்திட்ட
பெருமகிழ்வால் பலமே பெற்றுப்
புன்னகைத்து “உம்முடைய ஊரென்ன,
பெயரென்ன புகல்வீர்!” என்றாள்.

“கன்னானில் பிறந்தயெனை விலைகொடுத்து
வாங்கிவிட்ட கார ணத்தால்
இந்நாளி லிருந்தென்றன் பெயரடிமை
ஆகு”மென இளவல் கூற
“முன்னாளில் பெற்றவர்கள் உமக்களித்த
பெயரென்ன மொழிவீர்!” என்றாள்.
“அந்நாளில் தாய்தந்தை யூசுபெனப்
பெயரிட்டு அழைத்தார்!” என்றார்.

பெற்றளித்த கன்னானைப் பெயரளித்த
பெற்றோரைப் பெரிதும் போற்றிப்
பற்றுயர்ந்த உணர்ச்சியினால் ‘யூசுப்’எனப்
பன்முறைகள் தனக்குள் கூறிச்
சுற்றிநின்ற தோழியரை யூசுபுக்கு
வேண்டும்பணி செய்யச் சொல்லி
நற்றவத்தின் பெரும்பயனைத் தனக்களித்த
நல்லிறையைத் துதிக்க லானாள்!

துன்பமும் இன்பமும்

இயல்-37

உண்ணுதற்கு உணவேதும் கிட்டாப் போதில்
உடல்வருத்தும் பசிநோயைத் தாங்கி நிற்போர்
கண்ணெதிரில் புல்லுணவே வந்த போதும்
கடும்பசியைக் களைந்திடவே துடித்தல் போன்று,
தன்னருமைக் காதலரைக் காணு மட்டும்
தலைதூக்கும் உள்ளுணர்வைச் சகித்துக் காத்த
பெண்ணரசி சுலைகாதன் பசியைப் போக்கப்
பின்னிரவில் யூசுபையே நெருங்க லானாள்!

கண்ணுறங்கும் யூசுபுதன் எழில்மு கத்தில்
கலையுறங்கக் கவினுறங்கச் சுலைகா கண்டு
"மண்ணுறங்கும் விண்ணுறங்கும் போதில் என்றன்
மனமுறங்கச் செய்யாது விழிக்க வைத்துக்
கண்ணுறங்கும் என்னரசே!" என்ற ழைக்கக்
கருத்தெழுந்தும் நாவழுந்தக் கலங்கி மற்றப்
பெண்ணுறங்கும் கூடத்தை எட்டிப் பார்த்துப்
பேரழகர் காலடியில் பெருமூச் சிட்டாள்!

தனமளித்துத் தன்னடிமை யாக்கு வித்தும்
தனக்குதவி புரியாது துயிலில் மூழ்கும்
கனவளித்த காதலரை எழுப்பி விட்டுக்
காத்திருந்த தன்நெஞ்சைத் திறந்து காட்டி
உணவளித்து உயிர்காக்கப் பிச்சை கோரும்
உணர்வெழுந்தும் செயலிழந்து கைந டுங்க
மனந்துடித்து எழிலரசி சுலைகா நிற்க
மறைவிருந்து ஒருதோழி அனைத்தும் கண்டாள்!

எலிபிடிக்கப் பதுங்குகின்ற பூனை போன்று
இருளிடுக்கில் பதுங்கிநின்ற தோழி நெஞ்சில்
கிலிபிடிக்க, இளவரசி கரம்பி டித்துக்
கீர்த்திமிகும் பெண்ணுடைமை யாகும் கற்பைப்
பலிகொடுக்கத் துணிந்தசெயல் தடுத்து நிற்க,
பயமடைந்த சுலைகாவின் இளமை நெஞ்சில்
வலியெடுக்கத் தோழியவள் தோளில் சாய்ந்தாள்;
வாஞ்சையுடன் விலாவணைத்து மஞ்சம் சேர்த்தாள்!

“அடிமையவன் அழகினிலே மனமே வைத்து
அரசகுலப் பெருமைக்கே அழிவு தேடல்
மடமையிலும் மடமை”யெனத் தோழிகூற
மனம்கொதித்துச் சுலைகாதன் விழிசி வக்க
அடிமையெனக் கருதினையோ கனவில் தோன்றி
அடிமைகொண்ட என்னரசர் இவரே யாவார்;
உடைமையினுக் குரியவரை அடிமை யென்றால்
உன்நாவை நறுக்கிடுவேன், போடீ!” என்றாள்.

என்றைக்கு மில்லாத கொடுஞ்சொல் கொண்டு
இளவரசி தனைத்தாக்கி விட்டபோதும்
அன்றைக்கு அவள்கனவில் தோன்றி நெஞ்சை
அபகரித்தோர் இவரென்று செய்தி கேட்டு,
“இன்றைக்கு இதனாலென் இதயம் காணும்
இன்பத்தை இதற்குமுன்னே எதிலும் காணேன்!”
என்றஉயிர்த் தோழியினைச் சுலைகா நோக்கி
“இங்கவரை உடனெழுப்பி வருவாய்!” என்றாள்.

கண்ணியிலே சிக்கிவிட்ட பறவை, வேடன்
கையிருந்து தப்பிடுமோ? இங்கு நம்மை
அன்றியவர் எங்கேனும் செல்லப் போமோ,
அவசரமேன் இளவரசி?” என்றாள் தோழி.
“உண்மையிலே தாமதித்தால் பறந்து போகும்;
உருக்காமல் வெண்ணெய்நறு நெய்யா காதே.
அண்மையிலே அவரைவரச் செய்வாய்!” என்றாள்.
“அப்படியே ஆகட்டும்!” என்றாள் தோழி!

அவிழ்ந்தகுழல் மலரடியில் தவழ விட்டு
அழகுதரும் நல்லணிகள் பலவும் பூண்டு
குவிந்தமலர் சிரிப்பதுபோல் முகம்ம லர்ந்து
கொள்ளைகொண்ட காதலரைக் காண நின்றாள்.
கவிழ்ந்ததலை நிமிராமல் தன்முன் வந்த
கட்டழகர் யூசுபையே கனிவாய் நோக்கச்
சிவந்ததவள் கன்னங்கள், சிலிர்த்த துள்ளம்
சிலையானாள் முகம்வியர்க்கப் பேச்சி ழந்தாள்.

"எதற்கென்னை அழைத்தீர்கள்?" என்றார் யூசுப்
"இங்கழைக்கக் கூடாதா?" என்று கேட்டாள்.
"அதற்கல்ல; வேலைஎதும் உண்டோ?" என்றார்.
"அல்லாமல் வீணுக்கா அழைப்பேன்?" என்றாள்.
"எதற்கென்னை அழைத்தீரோ, சொல்வீர்!" என்றார்.
"இன்றைக்குத் தூக்கம் வரவில்லை!" என்றாள்,
இதற்கென்ன யான் செய்யக்கூடும்?" என்றார்.
"ஏதேனும் கதைசொல்வீர்!" என்று சொன்னாள்.

"கதைசொல்லக் கற்றதில்லை!" என்றார் யூசுப்.
"கனவிலெதும் காண்கிலையோ?" என்று கேட்டாள்.
"அதைச் சொல்லக்கூடாதென் றெனது தந்தை
அப்பொழுதே கூறியுள்ளார்" என்றார் யூசுப்.
"எதைச்சொல்ல மறுத்தீரோ அதைஎன் னாலே
இயம்புதற்கு ஆகு"மெனச் சுலைகா சொன்னாள்.
இதைச்சற்றும் எதிர்பாரா யூசுப், மெல்ல
ஏறிட்டுச் சுலைகாவை நோக்க லானார்!

"நள்ளிரவில் பெண்ணொருத்தி இல்லம் சென்று
நல்லழகைக் காட்டியவள் உள்ளம் தொட்டுக்
கொள்ளையிட்டுக் கள்வனைப்போல் மறைந்த உங்கள்
கொடுங்கனவை யானறிவேன்!" எனச்சு லைகா
கள்ளமின்றிக் கூறிடவே "பொய், பொய்" என்று
கபடமற்ற யூசுபுடன் மறுத்துக்கூற
"எள்ளளவும் சந்தேக மில்லை; அன்று
என்கனவில் தோன்றியவர் நீர்தான்" என்றாள்.

"விலைகொடுத்து வாங்கிவிட்ட அடிமை மீது
வீண்குற்றம் சுமத்துவது பாவ மாகும்;
தலைஇழப்ப தென்றாலும் தவறு செய்யச்
சற்றேனும் சம்மதியேன்!" என்றார் யூசுப்.
மலைசரிந்து தன்நெஞ்சில் வீழ்ந்த தேபோல்
மனங்குலைந்த எழிலரசி மயக்க முற்று
நிலைதவறி அரைநொடியில் சாய்ந்து வீழ
நின்றிருந்த யூசுபுஅ திர்ந்து போனார்!

சாய்ந்தவளைக் கைகொடுத்துத் தாங்கு தற்கும்
சற்றேனும் முனையாது நின்ற யூசுப்
பாய்ந்தகன்று பாங்கியரை அழைக்க லானார்.
பதுங்கிநின்ற உயிர்த்தோழி ஏவல் கேட்கச்
சாய்த்துவிட்ட சுலைகாவின் நிலையைக் கூறிச்
சட்டென்று அப்பாலே நடந்தார் யூசுப்.
காய்ந்தெழுந்த வார்த்தைகளை அடக்கித் தோழி
கடிதினிலே சுலைகாவின் பக்கம் வந்தாள்

பன்னீரைச் சுலைகாவின் முகம்தெ ளித்துப்
படுக்கையினில் ஒழுங்குடனே கிடத்தி விட்டுத்
தண்ணீரை வற்புறுத்தி அருந்தச் செய்து
தலைகவிழ்ந்து மனம்பதறித் தோழி நிற்கக்
கண்ணீரில் மிதந்திடவே விழிபி துக்கிக்
காதலனைக் காணாமல் துடித்தெ ழுந்து
"என்னாசை நாயகனார் எங்கே?" என்று
எதிர்நின்ற தோழியினைச் சுலைகா கேட்டாள்.

"அதிவிரைவில் வந்திடுவார்!" என்றாள் தோழி.
"அழைத்துடனேவா!" வென்று சுலைகா சொன்னாள்.
"இதுசமயம் துயில்புரியக் கூடும்!" என்றாள்.
இதைக்கேட்ட இளவரசி அமைதி பெற்று
"மதியழகர் தூக்கத்தைக் கலைக்க வேண்டாம்.
மற்றவர்கள் அறியாமல் நாமே சென்று
பதிமுகத்தை ஒருமுறையான் காண வேண்டும்.
பக்கத்தில் என்துணைக்கு வருவாய்!" என்றாள்.

"அங்கேநாம் செல்லுவதை அடுத்தோர் கண்டால்
அதுமிக்க இழிவாகும், நாளை தோறும்
இங்கேயே அவர்தூங்கச் செய்வோ" மென்று
இயம்புகின்ற தோழியினைச் சுலைகா நோக்கி,
"அங்கேநாம் செல்லுவதால் தீங்கே இல்லை
அடுத்தவர்கள் கண்டாலும் அச்சமில்லை.
எங்கேனும் ஏவலர்க்கு அஞ்சு கின்ற
இளவரசி உண்டாமோ?" என்று சொன்னாள்!

விரைந்தெழுந்து சுலைகாவின் கரங்கள் பற்றி
"விரும்பாத அவரிடம்நாம் செல்ல வேண்டாம்,
மறைந்திருந்து யாரேனும் கண்டா ரானால்
மானம்போம், அதனோடு வாழ்வும் போகும்!
சிறந்தகுண யூசுபுவும் வெறுக்கக் கூடும்.
சிலநாட்கள் பொறுத்திருப்பீர்!" என்றாள் தோழி.
"இறந்தொழியும் வரையினிலும் அவருக் காக
எத்துயரும் தாங்கு"வதாய்ச் சுலைகா சொன்னாள்.

———

(தோழி சில நாட்கள் பொறுத்திருக்கக் கூறினாள். சுலைகா பல நாட்கள் காத்திருந்தும் தன் எண்ணம் பலிக்காதது கண்டு தானே முயலுவதற்குத் தீர்மானித்தாள்.)

பழி சுமத்தல்

இயல்–38

நித்தியம் கண்ணீர் வடித்தகம் துடித்து
நிலைகுலைந் துருகிடும் தன்பால்
உத்தமத் தோழி வருவதைப் பார்த்து
'ஓ'வெனக் கதறிய சுலைகா
"எத்தனை நாட்கள், எத்தனை வாரம்
இப்படிக் கலங்குவ" தென்றாள்.
"அத்தனை துயரும் இன்பமாய் மாறும்
அரசியே!" என்றனள் தோழி.

"ஜோசியம் போதும், தோழியே அவரென்
துன்பமே துடைத்திட ஏதும்
பேசிய துண்டோ? பெருந்தகை அவரைப்
பிரியமாய் இணங்கவைத் தாயோ?
ஆசையின் கடலில் அமிழ்ந்திடு வேனோ?
அன்பெனும் கரையடை வேனோ?
பாசமும் பொய்யோ, கூறடி!" என்று
பதறியே கேட்டனள் சுலைகா.

பதறிடும் சுலைகா துயர்முகம் நோக்கிப்
பாங்கியின் நெஞ்சமே துடிக்க
"உதறிடும் அவரை உவந்திடச் செய்ய
ஒவ்வொரு வழியதாய் முயன்றும்

சிதறிய தல்லால் பலித்திட வில்லை;
திரும்பவும் முயல்கிறேன்" என்றாள்!
கதறிய சுலைகா போதுமுன் முயற்சி
கடிதினில் அழைத்துவா" என்றாள்.

முயன்றால் முடியாதா?

"இயன்றவை அனைத்தும் இன்னமும் செய்து
ஏற்றிட முனைகிறேன், முடிவில்
முயன்றவை யாவும் முறிந்திடில் நீங்கள்
முயலலாம்!" என்றனள் தோழி
"பயன்தரும் வழியில் முயன்றிட வேண்டும்,
பாங்கியே!" என்றனள் சுலைகா.
"முயன்றிடும் வழியை விளக்கிடில் செய்வேன்"
மொழிந்திட வேண்டினாள் தோழி.

புதிய முயற்சி:

"பொழிலிடை யூசுப் இருந்திடும் போதில்
பொலிவுடை அணிந்திடச் செய்து
எழிலுறும் சேடியர் பலரையே அனுப்பி
இளமையின் உணர்ச்சியை எழுப்ப
விழிகவர் ஆடல், செவிநுகர் பாடல்
விருந்தினால் அவர்மனம் தூண்டி
அழைத்துடன் வந்தால் எண்ணமே வெற்றி
ஆகலாம்!" என்றனள் சுலைகா.

விரித்த வலையிலும் விழவில்லை:

"இவ்வழி முறையால் யூசுபை மயக்க
எண்ணியான் முன்னரே செய்தேன்.
அவ்வழி தனிலும் அகப்பட வில்லை.
அழகுறும் தோழிகள் சிலரை
எவ்வழி செய்தும் யூசுபின் நெஞ்சில்
இளமையைத் தூண்டிடச் சொன்னேன்.
இவ்வழி தனிலும் இணங்கினா ரில்லை!"
என்றனள் துயருடன் தோழி!

"இன்னமும் வேறு செய்வதற் கென்ன
இருக்கிற" தென்றனள் சுலைகா!
"உண்மையில் சொன்னால் ஒன்றுமே இல்லை.
உறுதியாய் இருக்கிறார்" என்றாள்.
"பெண்மையின் துன்பம் உணர்ந்திடா ஆணைப்
பெருமைக்கா படைத்தனன் இறைவன்?"
என்றனள் சுலைகா. என்னவோ கூற
எண்ணிய தோழிவா யடைத்தாள்!
"சொல்லிட நினைத்ததைச் சொல்லுவாய்" என்று
தோழியைத் தூண்டினள் சுலைகா.
"சொல்லிடில் அதுபெருந் துன்பமா கிடலாம்
துயரமே அடைந்தது போதும்.
நல்லது என்றால் மறைத்திடேன்" என்று
நாத்தடு மாறிடச் சொன்னாள்.
"கொல்லுவ தாயினும் கூறுவாய்!" என்று
கோரினாள் துடிப்புடன் சுலைகா.

தோழியின் ஐயம்:

"அழகினில் மிகுந்த யூசுபை ஆய்ந்தால்
ஆண்மையில் லாதவர் என்றே
பழகிடப் பணித்த பாங்கியர் உரைத்தார்.
பார்த்திடில் எனக்குமவ் வையம்
எழுகிற தரசி!" என்றனள் தோழி.
இவ்வுரை கேட்டதும் கண்ணீர்
ஒழுகிட சுலைகா, "உண்மையே யானால்
ஒப்புவே னிதையும்யான்" என்றாள்.

பிணத்தைத் தழுவுவதா?

"மணமெதும் இல்லா மலரணி வதனால்
மனமது மகிழுவ தில்லை,
குணமெதும் இல்லாக் கணவனைப் பெற்றால்
குடிநலம் பெறுவது மில்லை.
கனவென அழியும் அழகினுக் காகக்
காதல்செய் கின்றவர், அறிந்தும்
பிணந்தழு விடவே முயல்பவ ராவர்;
பிழையிது!" என்றனள் தோழி.

இதுதான் காதல்:

"ஒளிமிகும் விளக்கின் தீச்சுடர் தழுவி
உயிர்விடும் விட்டிலின் காதல்
தெளிவடை யாத செய்கையோ? தனையே
தியாகம்செய் திடுவதே காதல்;
துளிபெரு வெள்ளம் ஆவதே போன்று
தொடர்ந்திடும் காதலின் பார்வை
களித்திடப் போதும் தோழியே!" என்று
காதலை விளக்கினள் சுலைகா!

இந்தக் காதலும் வேண்டுமா?

"பார்க்கவும் விரும்பி டாமல்
படுந்துய ரேனும் சற்றுத்
தீர்க்கவும் உதவி டாமல்,
சிறிதள வேனும் சாந்தி
சேர்க்கவும் முடிந்தி டாமல்,
செய்வதே காத லென்றால்
பார்க்கவும் ஆகா!" தென்று
பகர்ந்தனள் வெறுப்பாய்த் தோழி.

தனிமையில் நஞ்சு; இணைப்பில் தேன்!

"நானெனும் தனிமை கொண்டால்
நஞ்செனக் கொள்ளும் காதல்
தானெனும் எண்ணம் நீக்கித்
தன்னலம் யாவும் போக்கில்
தேனெனச் சுவைக்க லாகும்;
தெரிந்தவர் உணரக் கூடும்.
வீணுப தேசம் வேண்டாம்"
வெடுக்கெனச் சுலைகா சொன்னாள்.

இரு உள்ளம் இணைந்தால்...?

"இருவரின் இதயத் துள்ளும்
எழுவதே உண்மைக் காதல்;
ஒருவரின் உள்ளம் மட்டும்
ஒப்பிடில் காதல் அன்றே!

இருவரும் இணைந்தால் சொர்க்கம்,
இல்லையேல் நரக மாகும்,
மறுத்திடும் யூசுப் எண்ணம்
மாற்றுவீர்!" என்றாள் தோழி.

வாழ்க்கைக் கடலில் காதலே கப்பல்:

"உடல்நலம் பெற்றி ருந்தால்
உயிரதில் உலவக் கூடும்.
உடல்வளங் குன்ற லாயின்
உயிரகன் றோடு மன்றோ?
கடலெனும் வாழ்விற் காதல்
கப்பலே கரையிற் சேர்க்கும்.
உடனவர் கூட்டிவா!" என்று
உரைத்தனள் சுலைகா கெஞ்சி!

வலியக் கிடைத்தால்...?

"வலியவே கிடைக்கும் இன்பம்
மதிப்பினில் குறைந்து போகும்,
வலியநாம் சென்றோ மென்றால்
மாபெரும் இழவுண் டாகும்.
வலியவே யூசுப் இங்கே
வந்திடச் செய்வோம்!" என்று
தெளியவே தோழி சொன்னாள்
சீறினாள் சுலைகா பாய்ந்து.

சாதனையற்ற போதனை!

"சாதனை செய்யச் சற்றும்
தகுதியே இலைஎன் றாலும்
போதனை செய்ய மட்டும்
புறப்படு கின்றாய், என்னுள்
வேதனை வளர்க்க வேண்டாம்
விரைவினில் சென்று என்றன்
நாதனை அழைப்பாய்!" என்று
நவின்றனள் தோழி நோக்கி.

கதிரவன் உதித்தான்:

"எப்படி யேனும் கூட்டி
 இங்குடன் வருவேன்" என்று
செப்பிய படியே தோழி
 சென்றனள். சுலைகா நெஞ்சில்
கப்பிய இருளை நீக்கக்
 கதிரவன் உதயம் போன்று,
ஒப்பரும் யூசுப் வந்தார்.
 ஓடியே காலில் வீழ்ந்தாள்!

உன்னை மறப்பதா, என்னைக் கெடுப்பதா?

தன்னையே மறந்து தாளைத்
 தழுவிடும் சுலைகா செய்கை
முன்னமே அறியா யூசுப்
 முகத்தினைச் சிவக்க வைக்க,
"உன்னையே உணர்ந்தி டாமல்
 உலகமே நகைக்கும் வண்ணம்
என்னையே கெடுப்ப தற்கு
 எண்ணினை யோ"என நகர்ந்தார்.

அடிமை என்றால் அநீதியும் செய்வதா?

"எதற்குநீர் தயங்க வேண்டும்?
 இங்கெவ ரேனு மில்லை!
இதற்குமேல் துன்பம் தாங்க
 எனக்கி யலாது!" என்றாள்.
"அதற்குயான் என்ன செய்வேன்?
 அடிமையாய் விட்ட தென்றால்
எதற்குமே இணங்க லாமோ?"
 என்றெதிர் நடந்தார் யூசுப்!

அடிமையன்று: அரசர்!

"எனக்குநீ ரடிமை என்று
 ஏவல்செய் திடவா பெற்றேன்?
எனக்குநீ ரரசர் ஆவீர்,
 என்னகம் உமது செங்கோல்!

கணக்கிலாத் தங்க முங்கள்
காதலுக் கேகொ டுத்தேன்.
எனக்குநீர், உமக்கென் றென்னை
இறைவனே படைத்தான்!" என்றாள்.

அழியும் அழகைக் காதலிப்பதா?

"அழிவுறும் அழகுக் காக
அடிமையைக் காத லித்தால்
பழிவரும்!"என்று யூசுப்
பயந்தனர் கதவைச் சாத்தி
"இழிவிதை அன்றி வேறு
எனக்கிலை" என்ற வாறு
வழியினை மறைத்து நின்று
வடித்தனள் சுலைகா கண்ணீர்!

ஆசைத்தீயை வளர்ப்பதா?

"நினைத்திடவும் கூடாத இழிசெயலைப்
புரிவதனால் நெஞ்சின் வேட்கை
அணைத்திடவும் ஆகாது; அல்லாது
பெருநெருப்பாய் அதுவே மாற்றும்.
எனைத்தினமும் வேண்டுவதால் இணங்குதற்கு
இயலாது!" என்றார் யூசுப்
"உனைத்தவிர மற்றவரை என்னுள்ளம்
ஒப்பவிலை, உண்மை!" என்றாள்!

வெறுப்போரை விரும்புவதா?

"எவ்விதத்தில் உங்கள்மனம் எனைமிகவும்
விரும்புவதாய் இயம்பி னீரோ,
அவ்விதத்தில் மிகஅதிகம் எனதுமனம்
நெறியினுக்கு அஞ்சு தென்பேன்.
இவ்விதத்தில் மீண்டுமெனை வற்புறுத்தில்
அமைச்சரிடம் இயம்ப நேரும்.
ஒவ்வுதற்கு மறுப்பவனை வருத்தாதீர்!"
எனயூசுப் உரைக்க லானார்!

கனவிலேன் வரவேண்டும்?

"யாதென்று மறியாத என்கனவில்
 எதற்காக முன்னர் வந்தீர்?
தீதென்று எனைமறுக்கும் செம்மலே
 அதுகொடிய தீமை யன்றோ?
வாதென்று மறுக்காது வாழ்வளிப்பீர்!"
 எனச்சுலைகா வருந்திக் கேட்க,
"யாதொன்றும் நானறியேன்; கனவென்னும்
 நிலையறியேன்!" என்றார் யூசுப்.

அனைத்தும் காதலரே!

"உங்கள்முகம் அல்லாமல் வேறுமுகம்
 என்கண்கள் உவப்ப தில்லை;
உங்கள்புகழ் அல்லாமல் வேறுபுகழ்
 என்நாவு உரைப்ப தில்லை;
உங்கள்நினை வல்லாமல் வேறுநினை
 வென்நெஞ்சில் உதிப்ப தில்லை.
உங்கள்துணை பெற்றிடவே இங்குவந்தேன்!"
 எனச்சுலைகா உருகிச் சொன்னாள்.

பிறர் மனைவியை நேசித்தால்...?

"துயர்மிகுந்த உங்கள்நிலை உணருகிறேன்
 என்றாலும் துயர கற்ற
இயலவில்லை, அமைச்சரது இல்லரசி
 ஆய்விட்டீர்! எனது உள்ளம்
அயலொருவர் மனைவியிடம் அன்புசெய்ய
 ஒப்புவது அநீதி!" என்று
இயம்புகின்ற யூசுபின் வாய்பொத்தி
 எழில்சுலைகா இயம்ப லானாள்!

காதலன் வேறு, கணவன் வேறா?

"வேண்டுவதைத் தருவதற்கு விரும்பவில்லை
 என்றா லும்வே றொருவர்
தீண்டுகின்ற மனைவியெனச் செப்பாதீர்,
 என்நெஞ்சைச் சிதைத்தி டாதீர்.

மீண்டுமொரு முறையேனும் அமைச்சரது
　　மனைவியென விளம்பு வீரேல்
மாண்டொழிதல் நிச்சயமே, சத்தியமே!"
　　எனச்சுலைகா மனது நொந்தாள்.

ஆசைக்காக ஆவி இழப்பதா?

"நெஞ்சிலெழும் இச்சையினை அடக்காமல்
　　உயிர்துறக்க நினைத்தல் போன்ற
பஞ்சையர்கள் வேறில்லை; இளவரசி!"
　　எனயூசுப் பகரக் கேட்டுத்,
"தஞ்சம்தர உங்களிடம் கெஞ்சுகிறேன்.
எனக்குதவி தரம றுத்தால்
வஞ்சமுடன் உயிர்பறிக்கும் நஞ்சாவீர்!"
　　எனச்சுலைகா வருந்திச் சொன்னாள்!

உணவுக்காக உயிர்கொடுப்பதா?

"நல்லுணவும் பிணியாளர் உயிர்கொல்லும்
　　நஞ்சாதல் அறிவேன். ஆனால்,
புல்லுணவுக் காகவுயிர் போக்குதற்குத்
　　துணிபவரைப் புவியில் காணேன்!
நல்லுணர்வு பெற்றிடுவீர், மாதரசி!"
　　எனயூசுப் நவிலக் கேட்டுச்
"சொல்லுணவு படைக்கின்ற என்னுயிரே!"
　　என்றழைத்துச் சுலைகா சொல்வாள்:

இருவரின் எண்ணங்கள்:

"என்னிதயச் சோலையினில் தாம்விதைத்த
　　காதல்விதைக் கேற்ற வண்ணம்
என்னுணர்வுக் குருதியினைத் தண்ணீராய்ப்
　　பாய்ச்சிவளர்த் தின்ப முற்றேன்;
உன்னுடைய காதல்விதை உயர்கனிகள்
　　தருமரமாய் ஓங்கி, என்றன்
மென்னுடலில் நரம்பாக வேரோடி
　　விட்டபின்னே வெட்டப் போமோ?

யூசுப்:

"வாய்மையெனும் மாளிகையின் மதிலுடைக்கப்
 பெருமரமே வளரக் கண்டால்
தூய்மையெனும் கோடரியால் பிளந்தெறிவர்,
 மாளிகையின் சொந்தக் காரர்!
தாய்மையெனும் அரும்பதவி தாங்குகின்ற
 பெண்குலமே தவறு மாயின்
மாய்ந்தொழியும் மனிதநெறி அதற்குதவும்
 ஆடவரும் மிருக மாவார்!

சுலைகா:

"பெண்ணொருத்தி இளநெஞ்சைக் கனவினிலும்
 கெடுக்காத பெருமை பெற்றோர்
பொன்னுரைகள் அத்தனையும் புகழுகின்ற
 நாவரசே! புவன மெங்கும்
இன்னுரைகள் கூறுபவர் இருக்கின்றார்.
 தன்தவற்றை எண்ணிப் பார்ப்பார்
மன்னுயிரில் அரிதரிது. அவர்கள்மனம்
 பெற்றீரேல் மறையும் துன்பம்"

யூசுப்:

"தன்னிலையைப் பெரிதென்னும் அறிவிலிகள்
 பிறர்நிலையைச் சற்றும் காணார்;
இந்நிலையில் இருக்கின்ற காரணத்தால்
 என்மீது குறைசொல் கின்றீர்.
என்னிலையைச் சிறிதுணர்ந்தால் நும்தவறுக்
 கெனையழைக்க எண்ண மாட்டீர்.
நின்னிலையை யானறிவேன் என்றாலும்
 தவறிழைக்க நினைக்க மாட்டேன்!"

சுலைகா:

"தாயில்லாப் பிள்ளையெனச் சேயில்லார்
 செல்வமெனத் தகுதி யற்ற
வாயில்லா ஊமையென வாழ்வில்லாக்
 கன்னியென வருந்தி நொந்தேன்!

நீயில்லாச் சுவனமதைத் தந்தாலும்
  ஏற்பதற்கு நினைக்கா என்னைத்
தீயுள்ளே தள்ளிவிட்டு வேடிக்கை
  பார்த்திடவோ தீர்மா னித்தாய்?"

யூசுப்:

"இன்பமதைத் துன்பமென, துன்பத்தை
  இன்பமென எண்ணு வார்க்கு
விண்ணகத்துச் சுவனமதைக் காட்டிடினும்
  அதைநரகாய் வெறுக்கக் கூடும்;
என்னென்ன சான்றளித்தும் ஏற்காது
  வாதிப்போர் எதையும் ஒப்பார்!
அன்னவருக் குபதேசம் செய்தவனின்
  பாயனடைந்தேன் அறிவி ழந்தேன்!"

சுலைகா:

"விரும்பாத உபதேசம் சுவைக்காது
  வெறுப்பதற்கு உரிய தாகும்!
இரும்பான சிந்தையினில் இரக்கத்தை
  எதிர்நோக்கி இழிவ டைந்தேன்,
கரும்பான என்னிளமை கசப்பான
  வேம்பாக்கக் கனவில் வந்து
பெரும்பாவம் புரிந்தின்று மறுபாபம்
  செய்வதிலா பெருமை கண்டீர்?

பதைக்கின்ற என்னுள்ளப் புழுக்கத்தை
  அறியாமல் படித்த யாவும்
கதைக்கின்ற நாவரசே, நும்கருணை
  கிட்டுமெனக் காத்த என்னைச்
சிதைக்கின்ற கொடுந்துணிவு எவ்வாறு
  அடைந்திட்டீர் தீண்டி டாமல்
வதைக்கின்ற தம்முகத்தைத் தரைநோக்கிக்
  கவிழ்த்ததுஏன்? வாய்தி றப்பீர்!

அன்புமிகும் பெண்முகத்தைக் காணுதற்கும்
நாணுகின்ற அழகு மிக்கோய்!
பண்புமிகும் பெண்மையினைப் பாழடித்து
வலியவந்தும் பதுங்க வாமோ?
உண்மையினில் என்தோழி உரைத்தபடி
நின்ஆண்மை ஒழிந்த தாமோ?
அண்மையினில் வந்திடுவீர், அன்புடனே
பேசிடுவீர்! அதுவே போதும்!

என்னகத்தின் ஏந்தலரே, எதற்காக
அப்பாலே இருக்க வேண்டும்?
பெண்ணகத்தைக் கவருகின்ற ஆண்மையிலை
என்பதற்கா பீதி கொண்டீர்?
நின்னகத்தில் சிறுஇடமே தந்தாலும்
போதுமதில் நிலைத்தி ருப்பேன்!
மண்ணகத்தில் என்கவனம் உன்னகமே
என்பதைநீர் மறக்க வேண்டாம்!

பொன்னடியை முத்தமிடும் புண்ணியத்தைத்
தந்தாலும், பொலிவு மிக்கப்
புன்னகையைக் கொண்டெனது வேட்கையினைப்
போக்கிடினும், புவியி லுன்றன்
பெண்ணடிமை யாக்குவித்து நின்பணியை
ஏவிடினும் பெருமை கொள்வேன்!
என்துயரைப் போக்கிடுவீர், இரங்கிடுவீர்,
கடைக்கண்ணால் என்னைக் காப்பீர்!

சிந்தையினில் செய்கையினில் இன்றுவரை
மற்றவரைத் தீண்ட வில்லை!
சொந்தமனை யாளெனவே அமைச்சரஜீஸ்
என்கரத்தைத் தொட்ட தில்லை;
விந்தையென எண்ணாதீர் நும்மீது;
சத்தியமாய் விளம்பு கின்றேன்.
வந்தனைகள் செய்கின்றேன். வாய்விட்டுக்
கெஞ்சுகிறேன். வாரீர், வாரீர்!"

யூசுப்:

நெஞ்சுருக்கும் சுலைகாவின் வார்த்தைகளால்
குனிந்ததலை நிமிர்த்தி யூசுப்
"கெஞ்சுகின்ற உங்கள்மொழி மிஞ்சுகின்ற
என்துயரைக் கிளறிற் றல்லால்
கொஞ்சுகின்ற இச்சையினைத் தரவில்லை,
உறுதியையும் குலைக்க வில்லை!
அஞ்சுகின்ற எனைச்செல்ல அனுமதிப்பீர்!"
எனக்கூறி அப்பால் சென்றார்!

சுலைகா:

பயந்தகலும் யூசுபின் வலக்கரத்தை
இளவரசி பாய்ந்து பற்றிப்
புயந்தழுவத் துடிதுடித்தாள். 'வெடுக்'கென்று
கையிழுத்தார், புலியாய்ச் சீறி
"நயந்தமுறை அத்தனையும் யானுரைத்தும்
எனைச்சிறிதும் நாட வில்லை;
இயன்றவழி இனியும்மைப் பலவந்தம்
செய்வதுதான்" என்று சொன்னாள்!

யூசுப்:

"நீதிக்கும் அஞ்சாமல் நேர்மைக்கும்
அஞ்சாமல் நினைத்த வாறு
சாதிக்கத் துணிந்தக்கால் சாவுக்கும்
துணிந்திடுவேன் தவற்றிற் கொப்பேன்!
பேதித்த நெஞ்சத்தால் பிழைசெய்ய
முனைந்தீரே பின்னும் என்பால்
வாதித்தல் முறையல்ல வழிவிடுக!"
எனயூசுப் வணங்கிக் கேட்டார்!

சுலைகா:

"வாழ்வுக்கு அழைத்தக்கால் வாராமல்
சாவுக்கு வலியச் செல்லும்
கீழ்புத்தி படைத்தோரே, ஏதுக்கு
நீரிந்தக் கிலிய டைந்தீர்?

வாழ்வுக்கு அழைக்கின்றேன் சாவுக்கு
அழைத்தீரேல் வருவேன் யானும்
தாழ்வுக்கு இலக்காயின் உம்மோடு
பலியாகத் தயங்கேன்!" என்றாள்.

யூசுப்:

"பாபத்திற் காளாகி உள்ளத்தைப்
பாழாக்கிப் பண்புள் ளோரின்
சாபத்திற் குள்ளாகிச் செத்தக்கால்
இறையோன்முன் தப்ப லாமோ?
கோபத்திற் குரித்தாக்கிக் கொடுநரகின்
உணவாக்கும் கொடிய சாவின்
ஆபத்தை அறிந்திலையோ! அரசகுலத்
திருமகளே. அறிவாய்!" என்றார்.

சுலைகா:

இன்றைக்குச் சுவர்க்கத்தில் மகிழ்ந்திடுவோம்.
நாளைக்கு இரண்டு பேரும்
சென்றிடுவோம் நரகுக்கு அங்கேயும்
மனமொத்துச் சேர்ந்தி ருப்போம்
ஒன்றித்த காதலர்கள் இருப்பிடமே
நற்சுவனம்! உமது தெய்வம்
தண்டிக்க வந்தாலும் மன்னிப்பை
வேண்டிடுவோம் தருவான்!" என்றாள்.

யூசுப்:

"மன்னிப்பைப் பெற்றிடலாம் என்கின்ற
மமதையினால் மனந்து ணிந்து
பண்ணுகின்ற பாபத்தை மன்னிக்க
இறையவனா பரிவு கொள்வான்?
எண்ணுகின்ற இழிநினைவை இன்றோடு
விட்டிடுவீர்!" என்று யூசுப்
கண்சிவந்து சுலைகாவைத் தள்ளிவிட்டுக்
கதவருகில் கடிது சென்றார்!

பருவச் சபலம்

மூடிய கதவைத் திறந்திட யூசுப்
முயன்றிடும் போதினில் சுலைகா
ஓடினள், யூசுப் மலரடி வீழ்ந்து
ஓலமிட் டுருகிட லானாள்!
வாடிய முகத்தை நோக்கிய யூசுப்
வாலிபச் சிந்தையில் உணர்ச்சி
ஓடிட, உறுதி கலங்கிட உள்ளம்
ஒப்பிடத் தூண்டின நொடியில்!

அன்புடன் சுலைகா எழிலுடன் நோக்கி
அரைக்கணம் தனைமறந் திருந்தார்.
தன்னருந் தவமே பலித்ததாய்ச் சுலைகா
தலைநிமிர்ந் தவர்முகம் பார்த்து
"என்னரும் உயிரே, அண்ணலே உங்கள்
இதயமே இளகிட இறைவன்
இன்னருள் புரிந்தான்; என்துயர் களைந்தான்"
என்றிரு விழிகளைக் கவிழ்த்தாள்!

சந்திரன் தனையே தொட்டதும் கதிரோன்
*தன்முகம் குளிர்வது போன்று
சுந்தரச் சுலைகா தன்னிரு பாதம்
தொட்டதும் யூசுபும் குளிர்ந்தார்!
சிந்தையில் பொங்கும் மகிழ்வினால் மீண்டும்
சிரம்குனிந் திறையருள் புகழ்ந்தாள்.
அந்தவார்த் தையினால் தீமிதித் தவராய்
அதிர்ச்சியாய் அகன்றனர் யூசுப்!

இறைவனின் பெயரைக் கேட்டதும் யூசுப்
இன்னுடல் நடுங்கிட, உணர்வால்
கறைபடும் நினைவைக் களைந்திடத் தன்முன்
கனவெனத் தந்தையர் யாக்கூப்
குறைபடும் முகத்தால் பெருவிரல் கடித்துக்
கொடுஞ்செயல் தடுப்பது போன்று
விரைவினில் தோன்ற நோக்கிய யூசுப்
மிரண்டவர் போலவே விழித்தார்!

---
* சூரிய கிரகணத்தைக் குறிப்பிடுவது.

பெரும்பிழை புரிந்தோர் நீதியின் முன்னர்
பீதியாய் நிற்பதைப் போன்று
உருகிடும் யூசுப் செயலினை அறிந்து
ஒன்றையும் உணர்ந்திடாச் சுலைகா
"வருந்துதல் ஏனோ, வள்ளலே!" என்றாள்.
வாய்திறக் காமலே யூசுப்
பெருக்கிடும் கண்ணீர் துடைப்பதைக் கண்டு
பெருந்திகில் கொண்டனள் சுலைகா!
"உங்களின் கண்ணீர் ஒழுகிடில் என்றன்
உதிரமே ஒழுகுவ தொக்கும்.
உங்களின் உள்ளம் வருந்திடில் என்றன்
உயிரகன் றொழிவதை யொக்கும்!
திங்களை மறைக்கும் முகிலென உங்கள்
திருமுகம் மறைப்பது எதுவோ?
இங்கெவ ருள்ளார் இயம்புவீர்!" என்று
இறைஞ்சினாள் யூசுபை நெருங்கி!

"ஆசையின் வலையில் வீழ்ந்திடும் சமயம்
அன்புடன் இறையவன் காத்தான்!
வேசையின் நெஞ்சும் வெறுப்பவர் தம்மை
விரும்பிடக் கூசிடும். எனினும்
பாசமென் றுரைத்து வேசையும் வெட்கும்
பலவந்தம் செய்திடத் துணிந்தாய்.
நீசரின் வழியில் நெருங்கிடேன்" என்று
நீள்விழி சிவந்திட மொழிந்தார்!

"நாக்கினை அடக்கிப் பேசுவாய்!" என்று
நாகமாய்த் தன்தலை நிமிர்த்தி
நோக்கிய சுலைகா, "வேசையென் றென்னை
நுவன்றிட எப்படி நினைத்தாய்?
தேக்கிய அன்பால் நோக்கிய என்னைத்
தாக்கிட முனைந்திடும் உன்றன்
வாக்கினை இனியும் சகித்திடேன்" என்றாள்.
"வழிவிடு போகிறேன்!" என்றார்.

“தப்பிடும் வழிகள் எதுவுமே இல்லை.
தாமத மின்றியே என்னை
ஒப்பிடல் வேண்டும், இல்லையேல் யானே
உம்முடல் தழுவிட முனைவேன்
எப்படி யேனும் இன்றுமை அடைவேன்!
இதற்குயிர் இழப்பினும் சகிப்பேன்!”
இப்படிச் சுலைகா செப்பிய படியே
யூசுபை நெருங்கியே அணைத்தாள்!

புலியினை உண்ணப் புள்ளிமான் முயலும்
புதுமையாய் யூசுபைச் சுலைகா
வலுவினில் அணைக்கும் போதினில் தோழி
வாசலின் கதவுகள் திறந்து
கிலியுடன் “அமைச்சர் வருகிறார்!” என்றாள்.
கேட்டதும் யூசுபு உதறிப்
புலியிடம் தப்பும் மானெனப் பாய்ந்தார்.
பொற்கொடி சுலைகாவும் பாய்ந்தாள்!

ஓடிடும் யூசுப் ஜிப்பாவைச் சுலைகா
ஒருநொடிப் போதினில் பற்றிக்
கூடிட இழுத்தாள். திமிறினார் யூசுப்.
கிழிந்தது பின்புற ஜிப்பா
தேடிய செல்வம் இழுந்தது போன்று
செயலிழந் திருந்தனள் சுலைகா!
மாடியின் வாயில் அருகினில் அமைச்சர்
மலைப்புடன் நின்றிடக் கண்டாள்!

“பிடியுங்கள் அவனைப் பிடியுங்கள்” என்று
பேரொலி எழுப்பிய சுலைகா
“கொடியவன் என்னைக் கெடுத்திட முயன்றான்,
கூறுங்கள் தண்டனை!” என்றாள்.
அடியுடன் அமைச்சர் நம்பிடவில்லை.
ஆயினும் யூசுபை விளித்து
“நடந்தவை என்ன? கூறுக!” என்றார்
நாவடைத் திருந்தனர் யூசுப்.

ஊமையாய் யூசுப் நிற்பதைக் கண்டு
உன்னத வாய்ப்பெனக் கொண்டு
"மாமதி மேவும் அமைச்சரே! உங்கள்
மனைவியைக் கெடுத்திடத் துணியும்
தீமதி கொண்ட இவனுக்குச் சிறையா
சித்திர வதைவழங் குவதா?
தாமத மின்றிக் கூறுவீர்!" என்று
தயங்கிடா துரைத்தனள் சுலைகா.

பெரும்பழி தம்மேல் சாற்றிடும் சுலைகா
பேச்சினைக் கேட்டதும் யூசுப்
"ஒருபிழை புரியேன். உண்மையில் அவளே
உறுதியாய் என்னையே அழைத்தாள்.
மறுத்ததற் கென்றே பெரும்பழி சுமத்த
மனத்துணிந் தனள்!"எனச் சொன்னார்.
அருகில்வந் தொருவர் "ஆய்வதே நன்று,
அமைச்சரே!" என்றுரைத் திடுவார்.

"அவரது ஜிப்பா முன்புறம் கிழிந்தால்
அரசியின் வார்த்தையே உண்மை;
அவரது ஜிப்பா பின்புறம் கிழிந்தால்
அவருரைத் திடுவதே உண்மை.
இவரிடை எவர்சொல் மெய்யெனக் காண
இவ்வழி சிறந்தது!" என்றார்.
அவரது முடிவை ஒப்பிய படியே
அமைச்சரே யூசுபைப் பார்த்தார்!

பின்புற ஜிப்பா கிழிந்ததைக் கண்டு
"பெண்களின் சதிமிகப் பெரிது"
என்றவ ருரைத்துச் சுலைகாவை நோக்கி,
"யாவுமுன் சதி"யெனக் கூறி
அன்புடன் யூசுப் பக்கமே திரும்பி,
"அடுத்தவர் அறிந்திடா வண்ணம்
பண்புடன் இதையே மறைத்திடு!" என்று
பயந்திடும் சுலைகாவைப் பார்த்தார்!

"உன்னுடைப் பாவம் கொடியது சுலைகா
 உணர்ந்துநீ மன்னிப்புப் பெறுவாய்
 இந்நிலை பிறரே அறிந்திடில் எனக்கே
 இழி"வெனக் கூறிய அமைச்சர்.
உன்னத யூசுப் துயர்முகம் பார்த்து
 "ஒன்றையும் நினைத்திடேல்!" என்று
தன்னிலை நினைக்க நெஞ்சமே வலிக்கத்
 தனிமையை நாடினா ரமைச்சர்:

அருங்குண அமைச்சர் அகன்றபின் சுலைகா
 அழகுறும் யூசுபை நெருங்கிப்
"பெருங்குணம் படைத்த யூசுபே! என்றன்
 பெரும்பிழை பொறுத்திடல் வேண்டும்!
அருகினில் அமைச்சர் வந்ததா லும்மேல்
 அநீதியைச் சுமத்தினேன்!" என்றாள்.
உருகிடும் நெஞ்சால் பெருகிடும் கண்ணீர்
 உருண்டிட நகர்ந்தனர் யூசுப்!

நடந்ததை எண்ணி வருந்திய சுலைகா
 நகர்ந்திடும் யூசுபை நோக்க,
உடைந்தன கண்ணீர் முத்துக்கள், உள்ளம்
 ஊற்றென உணர்ச்சியைப் பெருக்க
அடைந்திட அமைத்த ஆசையின் கோட்டை
 அமைச்சரின் வருகையால் வெடித்தே
இடிந்ததை எண்ணி இயந்திரம் போன்றே
 ஈரிரு நாட்களைக் கழித்தாள்!

விருந்தும் வியப்பும்

இயல்-39

நன்மையெனில் ஒன்றிரண்டு நாட்கள்வரை பேசி
நாவடைத்துத் தம்வழியை நாடுகின்ற மாந்தர்
புன்மையெனில் பன்முறையும் காலம்பல பேசிப்
பொய்களையும் மெய்ப்படுத்தும் 'புண்ணியமே' செய்வர்!
உண்மையினில் ஒன்றைப்பத்து நூறாய்ஆக்கு வித்து
ஊரறியச் செய்வதிலே ஊக்கம்காட்டு கின்ற
பெண்களிடை அதிவிரைவில் யூசுப்-சுலை காவின்
பேச்செழுந்து காற்றெனவே பரவியது எங்கும்.

பிறருடைய சிறுமைகளைப் பெரிதுசெய்து என்றும்
பேசுவதிற் பெருமைபெறும் புல்லர்களின் நாவின்
திறமுடைய கற்பனையின் யூசுப்-சுலை காவின்
செயல்கள்பல வடிவினிலே உருவெடுத்துக் காம
நிறமடைந்து அங்குமிங்கும் நிலவுவதைக் கேட்டு
நிலைகுலைந்து அமைச்சருளம் குன்றியது வெட்கி!
துறவடைந்த மனநிலையில் தனிமையினில் சுலைகா
துயரடைந்து மனமுடைந்து சோர்வடைந்து போனாள்.

ஊர்வாய் உளறுகிறது

"ஆண்மையற்ற அமைச்சரையே மணந்ததனால் சுலைகா
அடிமையிடம் அன்புசெய்தாள்!" என்றுசிலர் கூற
"மேன்மையுற்ற குலமெனினும், அழகின்போதை தந்த
வேட்கையினால் அறிவிழந்தாள்!" என்றுசிலர் கூறக்
"காண்பவரை யாரென்று ஆய்ந்தறிந்தி டாமல்
காதலென்று காமமுற்றாள்!" என்றுசிலர் கூற
"ஈனமிதைப் போலிலையே எப்படிவாழ் கின்றாள்?"
என்றுசிலர் இழிவுரைத்து எங்கும்பேச லானார்.

கேடடைந்த காரணம்

“ஆடவரின் பார்வையினில் அரிவையரை விட்டே
ஆசைக்கனல் மூட்டிவைத்து இருவரையும் வாட்டும்
மூடச்செயல் நீக்கிடுவோம்; சுலைகாவென யாரும்
மோகவெறி கொண்டிடாமல் காத்திடுவோம்!” என்று
நாடலையும் புதல்வியரை வீடடக்கி வைத்து
நகரமெங்கும் தந்தையர்கள், எழில்சுலைகா நெஞ்சம்
கேடடைந்த சூழ்நிலையைக் கேலிசெய்ய லானார்.
கேள்வியுற்று சுலைகாமனம் துடிதுடிக்க லானாள்.

சுலைகாவின் யோசனை

பொருளுடைமை புகழுடைமை பொறுப்புடைமை யாவும்
பொருந்தியுள பலகுடும்பத் தலைவியரைக் கூட்டி
அருளுடைமை அறிவுடைமை அழகுடைமை சேர்ந்த
ஆணழகர் யூசுபினை அவர்களிடம் காட்டி
இருளடைந்த தன்னிலையில் அவர்களையும் ஆக்கி
யூசுபெழில் காண்பவர்கள் தனைமறந்து நெஞ்சம்
உருகுவது இயற்கையென உணரச்செய்வ தென்று
உளத்தினிலே திட்டமிட்டு அமைச்சரையும் கேட்டாள்!

எவ்விதமும் தம்மிழிவை நீக்கிவிடில் போதும்
எனும்நினைவால் பெண்களுக்குத் தனிவிருந்து வைக்க
ஒவ்வியதும் அமைச்சரஜீஸ் யூசுபுக்கும் கூறி
ஒப்பவைத்துக் கிடைக்கரியஉணவுப்பொருள்சேர்த்தார்!
செவ்வியநற் குடும்பங்களைத் தேர்ந்தெடுத்து, பெற்ற
செல்வியர்கள், முதியவர்கள் அனைவருமாய்ச் சேர்ந்தே
இவ்விருந்து உண்பதற்கு வருகைதர வேண்டி
இருதினங்கள் முன்னதாக அழைப்பனுப்ப லானாள்.

விருந்தின் பெருமை!

பூமணக்கும் பொழிலினிடை முழுமதியின் நிலவு
பொழிகின்ற நாளினிலே முன்னிரவு தன்னில்
தேமணக்கும் பல்லுணவை நாவினிக்கச் செய்து
சிறப்புடனே பாங்கியர்கள் பரப்பிவைக்கும் போதில்

பாமணக்கும் இன்னிசையைப் பாடகியர் பாட
பாதைநின்று வருபவரைப் பணிந்திருவர் அழைக்க
மாமணப்பெண் போல்சுலைகா மகிழ்ச்சிமுகம் காட்டி
மனமுவந்து விருந்தினரை உபசரிக்க லானாள்.

பாட்டியரும் பேர்த்தியரும், தாயும் பெண்ணு மாகப்
பலவயது மாதர்களும் வந்திடவே, தம்மைக்
கூட்டியதின் காரணத்தை எவரும்அறி யாமல்
குறுகுறுக்கும் எண்ணமுடன் உணவுமுன் அமர்ந்து
பட்டினிமை செவிநுகரப் பரவசமே கொண்டார்.
பரப்பிவைக்கும் பல்லுணவை உண்ணும்ஆவ லுற்றார்.
தீட்டியதோர் கத்தியொடும் செழுங்கனிஒவ் வொன்றைச்
சேடியர்கள் அனைவருக்கும் தனித்தனியே வைத்தாள்!

புதுமணமே மிகும்கனியைப் புதுமையாக நோக்கிப்
"புவியிலெங்குக் காய்த்தபழம் புகன்றிடுவீர்!" என்று
பொதுவினிலோர் முதுகிழவி சேடியினைக் கேட்கப்
"பொறுத்திருங்கள்விரைவினிலே அறியலாகு"மென்றாள்.
இதுபொழுதே உடனெழுந்து எல்லோரையும் பார்த்து
எழில்சுலைகா ஒருகனியைத் தன்கரத்தி லேந்தி
"எதுவுமிதன் சுவைக்கிணையோ இந்தப் பழ மேதான்
இந்துஸதானில் காய்த்த"தென்று இனிமையாகச் சொன்னாள்!

"பெயரிதற்கு எதுவுமுண்டோ?" என்றொருத்தி கேட்கப்
"பெருமை என்ற பொருளுடைய மாம்பழம்என்றி தற்குப்
பெயருளது" எனச்சுலைகா கூறிடவே அவர்கள்
பிரியமோடு "மாம்பழமே, மாம்பழமே!" என்று
பெயருரைத்துந் தங்கள்நாவு இனிக்கவைத்த போதில்
பேரழகர் யூசுபங்கு தலைகவிழ்ந்து வரவே
"உயரியநற் கனியிதையே கத்தியினா லறுத்து
ஒப்பிலாத சுவையறிவீர்!" என்றாள்சுலை காவே!

தலைநிமிர்ந்து யூசுபெழில் திருமுகத்தை நோக்கித்
தமைமறந்து கனிமறந்து விருந்தினரே என்ற
நிலைமறந்து யூசுபிடம் பார்வைதனை நிறுத்தி
நிகரிலாத அவரழகில் நெஞ்சம்குதித் தாடி

அலையெறிந்து யூசுபினை அவரவருக் கேற்ப
அதிசயித்து ஆய்ந்தனரே அருட்கவியே போல
நிலைகுலைந்த சுலைகாவும் தன்விழியை யூசுப்
நெஞ்சினிடைப் பதியவைத்து நினைவு மிழந்தாளே.

கனியை அறுக்க, கையை நறுக்கினர்

"எழில்நிறைந்த இவரைப்பெற்ற புண்யவதி எவளோ?
என்றுதாய்மை அடைந்தமாதர் எண்ணி ஏங்க லானார்.
"விழிநிறைந்த இவர்மனைவி யாகும் பேறு பெற்ற,
வெற்றிபெற்ற பெண்ணெவளோ?" என்று கன்னிப் பெண்கள்
விழிசுரந்த துயர்மறைத்து நெஞ்சம்விம்ம லானார்!
விரும்பியதை மறந்துவிட்ட சுலைகாநினை வுற்று
விழிசுழற்றி அனைவரையும் பார்த்துக் "கத்தி கொண்டு
விரைவினிலே மாம்பழத்தை வெட்டியுண்பீர்" என்றாள்.

விருந்தினர்கள் அனைவருந்தன் யூசுபினை நோக்கி
வியப்படைந்து மனம்மயங்கி விட்டதையு ணர்ந்து
வருந்தினவ ளாய்ச்சுலைகா மீண்டும் மீண்டும் கூவி
"மாம்பழமே புசித்திடுவீர்" என்றுகத்த லானாள்.
விருந்தினர்கள் தம்விழியை யூசுபிடம் வைத்து,
விருப்பமின்றி மாம்பழத்தை நறுக்கிடமு னைந்து
கருக்குடைய கத்தியினால் கைவிரலை அறுத்துக்
கனிரசமாய்த் தங்குருதி உறிஞ்சிடலா னாரே!

விரைவுடனே பெண்கள் சிலர் யூசுபையே நெருங்கி
மேலுங்கீழு மாக நோக்கிக் கண்களையே விரித்து
இறைவனாணை உரைத்திடுவோம், இவர்மனித ரல்லர்
எழிலினிலே இவரைப்போன்று எவரும்கண்டதுண்டோ?
குறையறியா வானவரே, சிறிதும் ஐயமில்லை,
கூறிடுவோம் சத்தியமாய்!" என்றுசொல்ல லானார்,
"நிறைஅழகே பெற்றஇவர் பார்வையினில் நீங்கள்
நிலைகுலைந்து மயங்குவதோ" எனச்சுலைகா கேட்டாள்!

கண்கவரும் அழகினிலே கருத்துடைய பெண்கள்
கட்டழகன் இவரழகில் மயங்குவது வியப்பா?"
என்றொருத்தி கேட்டிடவே, யாவரையும் நோக்கி
"இவரின்பெயர் யூசுபென்று அறிந்திடுவீ ராயின்

முன்பொருத்தி இவரெழிலில் மயங்கியதற் காக
மோகவெறி கொண்டவளாய் இகழ்ந்தபிழை காண்பீர்.
பெண்ணொருத்தி செயலினுக்குப் பிழைகள்கற்பித் தோரே
பெரும்பிழையைச் செய்வதுவோ?" எனச்சுலைகா கேட்டாள்.

காதலா, கடுஞ்சிறையா!

இவர்பெயரே யூசுபென அறிந்ததும் ஒருத்தி
இவரெழிலே மயக்கிவிடும்!" என்று ஒப்ப லானாள்!
"இவரிடமே காதலுற்று இரவுபக லாக
ஏக்கத்தினால் அழுதழுது தூக்கமும் இழந்தேன்.
அவரிடமே வலியச் சென்று யானழைத்த துண்மை
அமைச்சரங்கு வந்ததனால் தப்பியோடி விட்டார்.
இவரினிமே லென்விருப்பம் மறுத்துவிடில் சிறையில்
இன்னலுறத் தள்ளிடுவேன்" எனச்சுலைகா சொன்னாள்.

இன்னமும் சுலைகாமனம் தன்னையே விரும்பி
ஏங்குவதைக் கண்ட யூசுப் இறைவனையே நோக்கி
"பெண்ணிவளின் கொடுஞ்சதியில் சிக்கிடாமல் காக்கும்
பெருஞ்சிறையே நன்மையாகும்!" என்றிறைஞ்ச லானார்.
அண்மையினில் மறைந்திருந்த அமைச்சரஜீஸ் பாய்ந்து
"அவ்விதமே சிறையில்வைப் பேன்!" என்றபடி வந்தார்.
"உண்மையினில் இருவருக்கும் இதுநலமே!" என்று
உரைத்தனரே விருந்தினர்கள் உளமுடைந்தாள் சுலைகா.

சிறையைக் காட்டிப் பயமுறுத்தினால் யூசுப் பணிந்து விடலாம் என்று நினைந்தாள் சுலைகா. காம வலையில் சிக்குவதை விடச் சிறைக்குச் செல்வதையே யூசுப் விரும்பினார். இருவர்தம் ஒழுக்கத்தையும் பாதுகாப்பதற்கு நிரபராதியான யூசுபைச் சிறைப்படுத்தினார் அமைச்சர். "யூசுபைப் பார்த்துக்கொண்டிருந்தாலாவது அமைதியாக இருக்குமே!" என எண்ணிப் பலநாட்கள் ஏங்கினாள் சுலைகா. ஒருநாள் நள்ளிரவில் தன் தோழியை அழைத்துக்கொண்டு யூசுபைக் காணுவதற்காகச் சிறைக்குச் செல்லத் துணிகிறாள் சுலைகா.

மூன்று உள்ளங்கள்

இயல்–40

காவலரும் ஏவலரும் கண்ணுறங்கும் போதில்
    காதலரைக் காணுதற்குத் தோழியையும் கூட்டி
ஆவலுடன் எழிலரசி சிறைபுகுந்து ஆங்கு
    அறையறையாய் யூசுபினைத் தேடிப்பார்க்க லானாள்.
யாவருமே தூங்குகையில் இறையருளை வேண்டி
    யூசுப்பங்கே வணங்குவதைச் சுலைகாகண்டு கொண்டாள்
தேவர்களும் இவரழகுக் கடிமையாவர் என்று
    சிந்தையிலே நினைத்தபடிச் செயலிழந்து நின்றாள்.

ஏதும்துயர் அற்றவராய் யூசுபுடன் வேறு
    இருவரங்கு உறங்குவதைப் பார்த்ததும் சுலைகா
"யாதுகுற்றம் செய்ததனால் இங்கிவர்கள் வந்தார்?
    என்பதனை அறிந்துவிடில் இன்றே அவர் போன்ற
தீதுசெய்து யானுமிங்கு வந்திடுவேன்!" என்று
    சிந்தைநொந்து தோழியிடம் விந்தையாகச் சொன்னாள்.
"போதுமின்று பார்த்தது புறப்படுவீர்!" என்று
    புரியும்படிச் சைகைகாட்டி அழைத்தனளே தோழி.

"கண்களினால் கண்டுவிடில் போதுமாடி தோழி,
    கதவருகில் அவரழைத்துக் கருணைசெய்யக் கேட்போம்!
பெண்களிலே என்னைப்போன்ற பெருந்துயரம் கொண்டோர்
    பிறக்கவிலை என்பதவர், உணரும்படிச் செய்வோம்.
புண்களிலே துன்பப்புழு வளர்ந்துபுரை யோடிப்
    பொன்னுடலைத் துளைத்திடுமுன் மருந்தளிக்கச் சொல்வோம்!"
கண்களிலே நீர்சுரக்கச் சுலைகாகூறும் போதில்
    கைதிகள் இருவருமே துடித்துஎழக் கண்டாள்.

விழித்தவர்கள் பார்த்திடுவார் என்றஅச்சத் தாலே
விரைவினிலே தோழியுடன் தூண்மறைவில் சென்றாள்.
விழித்தவர்கள் கிலிபிடித்து யூசுபினை நோக்கி
"விந்தையான கனவுகண்டோம் என்முகம் வியர்க்க
மொழிந்தபடி யூசுபிடம் விளக்கம்கேட்க லானார்.
மௌனமுற்ற யூசுபிடம் மீண்டொருவன் "திராட்சை
பிழிந்துரசம் எடுத்திடவே கனவுகண்டேன்" என்றான்
பின்னொருவன் பெருந்திகிலால் இதழ்நடுங்கிச் சொல்வான்.

"என்தலையில் ரொட்டிச்சுமை எடுத்தேகும் போதில்
எங்கிருந்தோ பலபறவை பறந்தென்மேற் பாய்ந்தே
என்தலையின் 'ரொட்டி'களைக் கொத்திக்கொத்தி யுண்டே
ஏகிடவே கனவுகண்டேன்!" என்றவனு ரைக்க
"உன்கனவு பெருந்துன்பம்; அவன்கனவோ இன்பம்
உண்மையினைச் சொல்வதெனின் உள்ளம்துடிப்பையே!"
என்றபடி முந்தியவன் தனையூசுப் நோக்கி
"இறையவனுன் சிறைக்கதவு திறந்தானே!" என்றார்.

"என்னுடைய கனவின்பயன் யாதெனினும் நீங்கள்
இயம்பிடுவீர், எத்துயரும் ஏற்றிடுவேன்!" என்று
இன்னொருவன் கேட்டவுடன் மனம் வருந்தி யூசுப்
"இன்றுதயம் நீதூக்கில் தொங்கிடவே நேரும்.
உன்னுடலைப் பிணக்கழுகும் பருந்தும்கொத்தி யுண்ணும்
உண்மையிது நிச்சயமாய் நடந்துவிடும்!" என்று
சொன்னவுடன் அன்னவனே மயங்கித்தரை வீழ்ந்தான்.
துயர்மறந்து முந்தியவன் யூசுபைப்பு கழ்ந்தான்!

மறைவிருந்து அத்தனையும் பார்த்தசுலை காவின்
மனத்தினிலே தன்கனவின் நினைவெழவே ஏங்கிச்
'சிறையடைந்த கைதிகளின் கனவின்பயன் கூறும்
திறமடைந்த யூசுபுக்கு என்கனவே பொய்மைக்
கறையுடைய தாகியதோ?' என நினைக்க லானாள்.
"காவலர்கள் விழித்திடுமுன் போவோ"மெனத் தோழி
உரைத்திடவே மனக்குறையாய்ச் சிறையினைக்க டந்தாள்.
உறங்கியவர் விழித்திடவே கூவியது சேவல்.

கனவு பலித்தது!

காலைக்கதிர் கீழ்த்திசையில் கண்விழித்த போது
கசுனவெளி எங்கணுமே கனகஒளி வீசச்
சோலைமலர் சிரித்திடவே, முரசொலியைக் கேட்டுத்
தூக்கிலிடும் சேவகர் சிறையினுள் புகுந்து
சீலமுயர் யூசுபுள சிறைக்கதவு திறந்து
திகிலடைந்து கிடந்தவனை இழுத்தேக லானார்.
வேலிணைத்த கோல்பிடிக்க அரசரது வீரன்
விரைந்துவந்த மற்றவர்களின் விடுதலையைச் சொன்னான்.

தன்னுடைய விடுதலையை முன்னமே உரைத்த
தகைமிகுந்த யூசுபினைக் கைதிநோக்கும் போதில்,
"உன்னுடைய மன்னரிடம் உரைக்கமுடிந் தாலே
ஒருபிழையும் புரிந்திடாத யூசுப்சிறைக் குள்ளே
பெண்ணுடைய பெருஞ்சதியால் சிக்கியுள்ள உண்மை
பேசிடுவாய் என்களங்கம் போக்கிடுவாய்!" என்றார்.
அன்புடைய கைதியவன், "அப்படியே சொல்வேன்;
அஞ்சிடாதீர்!" என்றபடிச் சிறையகன்று சென்றான்.

தன்னுடைய தகுதியையும் கௌரவமும் காக்கத்
தவறறியா யூசுபைச் சிறையிட்ட அமைச்சர்
புண்ணடைந்த நெஞ்சுடனே பன்னெடுநாள் போக்கிப்
புத்திபெற்றச் சுலைகாமனம் திருந்தாதென எண்ணி
என்னசெய்வ தென்றறியா நிலையினிலே ஆண்டும்
ஏகவிட்டுத் தன்னிதயம் வேகவைத்து வாழ்ந்தார்.
தன்னருமைக் காதலரைச் சிறையினிலே பூட்டித்
தமைப்பிரித்த விதியை நொந்து சுலைகாஏங்க லானாள்.

(நிரபராதியான யூசுபைத் தொடர்ந்து சிறையில் வைக்கும்படி நேர்ந்ததைக் குறித்து அமைச்சரஜீஸ் வருந்தினார். கைக்குக்கிட்டிய காதலர் தன் கண்ணியில் சிக்கவில்லையே என்று சுலைகா ஏங்கினாள். தான் களங்கமற்றவர் என்பதை உலகிற்கு நிரூபித்தாக வேண்டுமே என்று கலங்கினார் யூசுப். இதனிடையே பல ஆண்டுகள் ஆகிவிட்டன. ஒருநாள் எகிப்தின் அரசர்-ராயன்-வலீத் ஒரு கனவு கண்டார். அவர் தாம் கண்ட கனவைத் தம் சபையில் அறிவிக்கின்றார்.)

திரை விலகியது

இயல்-41

"கருத்தில் தெளிந்து கலைபல நெஞ்சில்
நிறுத்தும் திறமை நிறைந்த சபையீர்!
கருத்துடன் கேளீர், கண்டேன் கனவு
பருத்துக் கொழுத்த பசுக்கள் ஏழை.
இளைத்து மெலிந்த ஏழு பசுக்கள்
வளைத்துப் புசித்துக் களித்திடக் கண்டேன்.
தழைத்துச் செழித்த தானியக் கதிரும்
மழையிலாப் பயிரின் வாடிய கதிரும்

தனித்தனி ஏழு தங்கிடக் கண்டேன்.
கணித்திட இயலேன் கனவின் கருத்தை
உங்களில் எவரும் உரைத்திட முடிந்தால்
இங்குடன் சொல்வீர்" என்றார் வேந்தர்!
"எண்ணச் சிதைவால் எழுந்ததே யன்றி
உண்மையில் எதையும் உணர்த்துவ தல்ல!"
என்றார் சபையில் இருந்தவர் சிலரே!
"நன்றாய் ஆய்வீர், நல்லுரை சொல்வீர்!"

என்றார் மன்னர். இவ்வுரை கேட்டு
"ஒன்றே சொல்வேன் உணவுப் பிழையால்
தோன்றலாம் கனவு தோன்றலே" என்று
சான்றவர் போன்று சாற்றினார் ஒருவர்.
அமைச்ச ரஜீஸு அரசரை நோக்கி
"எமக்கிது கூற இயன்றிடா தென்றார்.
அனைத்தும் கேட்டு அப்பால் நின்றவன்
நினைவில் யூசுப் நிழலுருத் தோன்றத்

தன்னுடைக் கனவின் தகுபொரு ளுரைத்த
நன்னய யூசுப் நவின்றிடக் கூடும்.
அவரினை யன்றி அரசரின் கனவை
எவரெடுத் துரைப்பார் என்றவோ ரெண்ணம்
வளர்ந்திட மன்னரை வணங்கிச் சொல்வான்;
“தளர்ந்திட வேண்டாம் சற்றே என்னைச்
சிறைக்கு அனுப்பிடில் தெளிவுடன் கனவை
உரைத்திட முடியும் ஒப்புக” என்றான்.

“எப்படிச் சிறையில் இதையறிந் திடுவாய்?
ஒப்பிடச் சொல்வாய் உடனே!” என்றார்.
“சிறையினில் முன்னர் திராச்சை பிழியும்
முறையினில் கனவு ஒருமுறை கண்டேன்.
விரைவினில் அதனால் விடுதலை என்று
சிறையினில் ஒருவர் தெளிவுடன் உரைத்தார்.
அவரிடம் சென்றால் அரசரின் கனவை
எவரும் வியந்திட இயம்புவார்!” என்றான்.

“உடனே செல்வாய்! உணர்ந்து மீளல்
கடனாய்க் கொண்டு கடிதில் வருவாய்!”
என்றார் மன்னர், இன்முகம் காட்டிச்
சென்றான் விரைந்து சிறையை நோக்கி,
சிந்தை சுவைக்கத் திராட்சை பிழிந்து
தந்திடும் பணியாள் சாற்றிய தெண்ணி
மந்திரி முதலாய் மன்னரும், அரச
தந்திரி பலரும் தவித்து நோக்கினர்.
மற்றவை ஆயும் மனவள மின்றி

முற்றிலும் அவன்விடை பெற்றிடத் துடித்தனர்!
ஒருசிறு நேரம் உருண்டபின் அவனே
பெருந்திகி லுடனே திரும்பிடக் கண்டார்.

வந்தவன் தயங்கி வாயடைத் திருக்க,
மந்திரி, “கனவின் மர்மம் யாதென

அறிந்தனை யாநீ அவனெது உரைத்தான்
தெரிந்ததைச் சொல்வாய் சீக்கிரம்!” என்றார்.

"அறிந்தது உண்மை யாயினும் அதனைப்
புரிந்திட உரைத்தால் பெருந்துய ராகும்"

என்றவ னுரைக்க, "எமக்கது தெரியும்!
நன்றவ னுரைத்ததை நவின்றிடு!" என்று

மன்னவர் கேட்க மற்றவர் மலைக்க
நின்றவன் தயங்கி நிகழ்த்திட லானான்.

"ஏழு ஆண்டுகள் இணைந்தாற் போன்று
பாழும் பஞ்சம் படர்ந்திட லாமாம்,

சூழும் இதனால் துயர்படு முன்னர்
வாழும் வழியை வகுத்திட இறைவன்

ஆண்டுகள் ஏழின் முன்னரே அதனைத்
தூண்டினன் கனவில், தொடர்ந்திடும் பஞ்சம்

நீக்கிடக் களஞ்சியம் நிறையத் தானியம்
தேக்கிடல் வேண்டுமாம், சிறிதே அயர்ந்தால்

பஞ்சமும் பிணியும், பட்டினிச் சாவும்
மிஞ்சிடும் என்றே விளக்கினார்!" என்றான்.

குடிகளின் வளத்தைக் குலைத்திடும் வண்ணம்
பிடித்திடும் பஞ்சப் பெயரைக் கேட்டதும்

தோன்றலர் உள்ளம் துயரால் துடிக்கச்
சான்றநல் லமைச்சர், தளபதி மற்றும்

ஆன்றவர் மக்கள் அனைவரும் தவித்தார்.
"வீண்துயர் வேண்டாம் வேந்தரே, அவனைச்

சிறைக்கு அனுப்பிச் செப்பியோன் தன்னை
விரைவில் அழைத்து வினவுவோம்!" என்று

உரைத்தார் அமைச்சர், ஒப்பினார் மன்னர்,
சிறையினை நோக்கிச் சென்றான் அழைக்க!

சென்றவன் மீண்டும் திரும்பினன் தனியாய்க்
கண்டதும் மன்னர் கடுஞ்சின முற்றார்.

கொற்றவர் கோபக் குறிப்பினைக் கண்டு
மற்றவ ரெல்லாம் மனத்திகி லுற்றார்.

"எங்கவன் சொல்வாய்?" என்றார் மன்னர்.
இங்கவர் வருவதை ஏற்றிட வில்லை!

"களங்கம் துடைத்துக் கடுஞ்சிறை நீக்கில்
விளங்கிடச் செய்ய விரும்பி வருவேன்.

கொற்றவர் முன்னே குற்றம்செய் தவனாய்
நிற்கவும் விரும்பேன் நிச்சயம் என்றார்."

எப்படி வேண்டியும் என்னுரை மறுத்தார்!"
இப்படி அவனே இயம்பிடும் போதில்

குறுக்கிட் டமைச்சர் கோபமாய் எழுந்து
"மறுத்திடும் அவன்பெயர் அறிந்தனை என்றால்

சொல்லுவாய்!" என்றார் துரிதமாய் "அவரின்
நல்லபேர் யூசுப் நல்லொழுங் குடையோர்!"

என்றான். கேட்டதும் இடிவிழுந் தவராய்
நின்றார் அமைச்சர். நிமிர்ந்தார் மன்னர்.

"அவனது குற்றம் அறைவீர்" என்றார்.
"இவனென் அடிமை" என்றார் அமைச்சர்.

"அடிமையே என்றால் அவனையே சிறையில்
கொடுமையாய்த் தள்ளல் கூடுமோ?" என்றார்.

"தன்னையே சிறையில் தள்ளிடு மாறு
என்னையே கேட்டான்!" என்றார் அமைச்சர்.

"விருந்தினில் கைவிரல் அறுத்ததின் காரணம்
அறிந்திட அமைச்சரை அவரது மனைவியை

விருந்தினில் கலந்த பெண்களை வினவிடில்
ஒருபிழை புரியா உண்மையை உணரலாம்

என்றார் யூசுப்!" என்றான் பணியாள்;
"இன்றே கேட்போம்!" என்றார் மன்னர்.

பெண்களை அழைத்து உண்மையைக் கேட்டார்.
“கண்களை அளித்துக் காத்திடும் இறைவன்

அனைத்தும் அறிவான், அவரிடம் தவறே
தினையள வாயினும் தெரிந்தோ மில்லை!”

என்றனர் பெண்கள். இவ்வுரை கேட்டு
நின்றிடும் சுலைகா நெடுமூச் செறிந்தாள்!

மன்னவர் சுலைகா மதிமுகம் நோக்கி
“என்னிடம் மெய்யே இயம்புவீர்” என்றார்.

இனியும் உண்மையை இருளிலும் மறைக்க
நினைக்கவும் முடியா நிலையினை உணர்ந்தாள்!

“அவரை விரும்பி அழைத்தவள் யானே
அவரிடம் பிழையென அணுவும் காணேன்”

என்றாள் சுலைகா, எழுந்தார் மன்னர்
“சென்றே யூசுபைச் சீக்கிரம் அழைத்து

இங்கே வருவீர்!” என்றார் அமைச்சரை.
அங்கே இருந்தவர் அனைவரும் சுலைகா

தலைகவிழ்த் திருக்கத் தைமூஸ் புதல்வி
நிலைகுலைந் ததையே நினைத்து வருந்தினர்!

மறைத்தவை யாவும் மன்னர் வரைக்கும்
அறிந்திட நேர்ந்ததை அமைச்சர் நினைக்க

நெஞ்சம் துடித்தது நினைவு சுழன்றது!
வெஞ்சிறை யடுத்து விரைவில் யூசுபை

விடுதலை செய்து மீட்டார் சபைக்கு.
கெடுமதி கொண்டோர் கீழ்நிலை அடையும்

உண்மையைச் சபையோர் உணர்ந்திட லானார்.
அண்மையில் நெருங்கி அரசரை நோக்கி

“என்திரை விலக்கிய ஏந்தலே பெண்கள்
கண்சிறைக் கஞ்சிக் கடுஞ்சிறை புகுந்தேன்!

கொற்றவ ராயினும், கற்றவராயினும்
பற்றிடும் சூழ்ச்சியைப் பலித்திட இறைவன்

விடுவது இலையென விளக்கிடு வதற்கே
நடந்தவை அறிந்திட நவின்றேன்! அன்றியும்

எனைவிலைக் கேற்ற எஜமா னருக்கே
கனவிலும் துரோகம் கருதிலேன் என்பதை

வெளிப்படை யாக்க விரும்பினேன்!" என்று
தெளிவுடன் யூசுப் செப்பிட லானார்!

இருந்தவ ரெல்லாம் யூசுபின் எழிலை
அருந்தினர்; அவரின் அமிழ்தெனும் பேச்சில்

பொருந்திடும் உண்மைப் பொலிவைக் கண்டனர்;
வருந்திடும் சுலைகா பெரும்பிழை ஆய்ந்து

கனைத்தவ ராகக் கடுமையாய் அரசர்
"அனைத்தையும் நீயே ஆக்கினை!" என்று

மொழிந்தவர் சுலைகா முகத்தைப் பார்த்தார்.
வழிந்திடும் கண்ணீர் மறைத்திட லானாள்!

"எல்லாம் சுலைகா இழிசெயல் என்ற
சொல்லால் வீணே துன்புறுத் தாதீர்!

எல்லாம் இயக்கும் இறைவனின் எண்ணம்
அல்லால் எதுவும் அசைவது மில்லை!

தன்னையே உயர்வாய்ச் சாற்றுவர் போன்று
என்னையே உயர்வாய் இயம்பிட மாட்டேன்.

நாயனின் நல்லருள் நமக்கிலை யாயின்
தீயவை ஏற்கத் தூண்டிடும் இச்சை

மனிதனின் உடலில் மலர்ந்திடும் உணர்ச்சி
புனிதமும் அழித்துப் புரிந்திடும் பாபம்.

எனவே எனையான் தூயவன் என்று
கணமும் நினையேன் காவல்!" என்று

சுருக்கமாய் யூசுப் சொல்லிய யாவும்
உருக்கமாய்க் கேட்டு உளமகிழ் வோடு

“நம்மிடம் நீரே நன்மதிப் புற்றீர்.
உம்மிடம் யாமே நம்பிக்கை யுற்றோம்!”

என்றார் மன்னர், இருந்தவ ரெல்லாம்
ஒன்றாய் இதையே ஒப்பிட லானார்!

மதிமிகும் அறிஞரும் மன்னரும் யூசுபைத்
துதிசெயும் போதினில் சொல்லரும் மகிழ்வினால்

சுலைகா துயர்முகம் சுடர்மதி யானது,
குலையா இன்பமே கொண்டதாய்க் காதலர்

திருமுகம் ஒருகணம் திரும்பி நோக்கினாள்.
மறுகணம் அவள்முகம் மணமகள் நாணமாய்க்

கவிழ்ந்தது தரையினில் கண்டனர் அனைவரும்.
குவிந்தது அமைச்சரின் கோதிலா நெஞ்சமே!

நின்றிடும் யூசுபை நிமிர்ந்து நோக்கிய
அண்ணலர், “யூசுபே அமருக!” என்றதும்

“உங்களின் நாட்டினில் உணவுப் பஞ்சமே
தங்கிடும் என்றுயான் சாற்றிய உண்மையை

ஒப்பிஎன் வார்த்தையை உறுதியாய் நம்பிடில்
செப்பிடும் ஓர்வழி செம்மலே ஆய்குவீர்!”

என்றிடும் யூசுபை ஏந்தலர் நோக்கியே
“நன்றென ஒப்புவோம் நவிலுக!” என்றனர்.

“பஞ்சமே நாட்டினில் பரவுமுன் தானியம்
மிஞ்சவே சேர்த்திடில் மிடிமையை நீக்கலாம்!

கலக்கிடும் பஞ்சமே கடந்திடத் தேசியக்
களஞ்சியம் காத்திடும் கடமையை என்னிடம்

தந்திடில் நிச்சயம் தனியவன் கருணையால்
வந்திடும் பஞ்சமே வளராது செய்திட

இயன்றிடும்!" என்றுடன் யூசுபு இயம்பினார்.
"முயன்றிடும் நோக்கமே முற்றிலும் ஒப்பினோம்.

வலியவே பொறுப்பினை வரித்திடும் உம்மிடம்
நலிவையே நீக்கிட நம்முடையத் தானியக்

களஞ்சியம் காத்திடும் கடமையைத் தந்தனம்
விளக்கிய வண்ணமே விரட்டுக பஞ்சமே!"

என்றனர் அரசரே! ஏற்றனர் யூசுபே!
நன்றென யாவரும் நல்லுரை கூறினர்!

கூட்டினார் மக்களைக் கொன்றிடும் பஞ்சமே
நாட்டிலே தோன்றிடும் கேட்டினைச் சாற்றினார்.

வாட்டிடும் பஞ்சமே வந்திடு முன்னரே
நாட்டினில் தானியம் கூட்டிட வேண்டினார்!

விளைந்திடும் தானியம் முழுவதும் மன்னரின்
களஞ்சியம் சேர்ப்பதைக் கடமையாய் ஆக்கினார்

உயிரினைக் காக்கவே உணவெனும் உண்மையைப்
பயின்றிட வேண்டினார், பசியினைத் தாங்கிட

முயன்றிடக் கூறினார், முன்னினும் உண்பதை
இயன்றிடும் வரையிலும் குறைத்திட ஏவினார்!

'உழைத்திடத் தயங்குவோர் உண்பது, இறைவனுக்
கிழைத்திடும் அநீதியென் றெண்ணிட'க் கூறினார்!

"கற்றவ ராயினும் கொற்றவ ராயினும்
மற்றவ ருழைப்பினில் வாழ்ந்திட முயல்வது

கொள்ளையென் றிறைவன் எள்ளுவ தாகிடும்
கள்ளரை விடஇவர் கடையரே!" என்றனர்.

நாட்டினர் யாவரும் நம்பினர் யூசுபை.
கேட்டினை நீக்கிடக் காட்டிய அவர்வழி

ஊக்கமாய் உழைத்தனர், உறுதியாய்த்
தேக்கினர் தானியம் களஞ்சியம் சேர்த்தனர்!

அஜீஸின் மரணம்

இயல்-42

தன்னடிமை யூசுபிடம் சுலைகா கொண்ட
தவறான நட்பதனைத் தன்னைப் போன்றே
மன்னவரும் தளபதியும் மற்று முள்ள
மந்திரியும் சேவகரும் அறிந்த தாலே
தன்னுடைய கண்ணியமும் தகுதி யாவும்
சரிந்ததனால் அமைச்சரஜீஸ் மனமு டைந்து
தன்கடமை மறந்தவராய்த் துறவி போன்று
தனிமையினில் செயலிழந்து சவமாய் வாழ்ந்தார்.

தம்முடைய தலையினிலே பெருஞ்சு மையைத்
தாங்குகின்ற உடல்வலிமை படைத்த மாந்தர்
தம்முடைய நெஞ்சழுத்தும் சிறுசு மையே
தாங்குதற்கு இயலாமல் தலைக விழ்ப்பார்!
இம்முறையில் அமைச்சரஜீஸ் இதயத் துள்ளே
எழிலரசி சுலைகாவே சுமையாய்விட்டாள்.
எம்முறையில் ஆய்ந்தாலும் சிறிதும் மாற்ற
இயலாமல் படுக்கையிலே சாய்ந்து விட்டார்!

தனியொருவர் தவறிழைப்பின், அவர்கு லத்தை-
சந்ததியை, சார்ந்தவரை, சமுதா யத்தின்
தனிபெருமை அனைத்தையுமே தகர்ப்ப தேபோல்
தன்மனைவி சுலைகாவின் தவறி னாலே
தன்னருமை பெருமையெலாம் மக்கள் முன்னால்
தகர்ந்துவிட்ட பெருங்கொடுமை எண்ணி எண்ணிப்
புண்ணடைந்த அமைச்சரஜீஸ் உள்ளத் துள்ளே
புரையோடும் அவமானம் சொல்லப் போமோ?

தான்பெற்ற பெருஞ்செல்வம் இழந்த போதும்
தனைப்பெற்ற தாய்தந்தை இழந்த போதும்
தான்பெற்ற ஒருமகவை இழந்த போதும்,
தன்னுயிராம் காதலியை இழந்த போதும்,
தான்பெற்ற பெருமையினை, தன்மா னத்தைச்
சற்றேனும் இழப்பதற்குச் சகிப்பா ருண்டோ?
தான்பெற்ற இல்லாளின் தவற்றிற் காகத்
தகைமைமிகும் அமைச்சரஜீஸ் உயிர்கொடுத்தார்!

மாடத்தில் வீற்றிருக்கும் மன்ன ரின்பால்
மந்திரியின் மரணத்தைக் கூறச் சொல்லிக்
கூடத்தின் மத்தியிலே தனது நெஞ்சம்
குமுறிடவே யூசுபு உலாவ லானார்!
நாடெங்கும் அமைச்சரஜீஸ் மரணச் செய்தி
நவின்றிடவே பேரரசர் ஆணை யிட்டார்;
வீடெங்கும் தம்தேசக் கொடியைத் தாழ்த்தி
வெகுதுயரம் கொண்டனரே மிசுரின் மக்கள்!

யூசுபின் போதனை:

முதலமைச்சர் அஜீஸுடலை அடக்கம் செய்து
முகம்கவிழ்ந்து நின்றிருக்கும் மக்கள் நோக்கி
"இதுவரையில் எவருடைய துயரத் தாலும்
இறந்தவர்கள் உயிர்பெற்று எழுந்த தில்லை!
கதறுகின்ற நம்குரலால் இறையைச் சேர்ந்தோர்
கண்விழித்து வாழ்ந்திடவும் நினைத்த தில்லை!
பதறுவதாற் பயனுண்டோ? முதல மைச்சர்
பண்புடைமை பெற்றிடுவோம்!" என்றார் யூசுப்.

அரசரின் அறிவிப்பு:

"ஆற்றலுடன் மெய்யன்பும் அமைந்த யூசுப்
அறிவித்த அறநெறியை உணர்ந்த மக்காள்!
கூற்றுவனின் வலைப்பட்ட முதல மைச்சர்
குடிகளுக்குச் செய்தபணி மறக்கப் போமோ!

ஏற்றமிகும் யூசுபை விலைக்கு வாங்கி
இந்நாட்டின் கொடும்பஞ்சம் தணிப்ப தற்குப்
போற்றுமுயர் தம்பதவி தனையும் யூசுப்
பெற்றிடவென் றிறந்தனரோ?"என்றார் மன்னர்!

துன்பத்தில் இன்பம்:

"இன்றுமுதல் முதலமைச்சர் பொறுப்பு யாவும்
யூசுபிடம் ஒப்படைத்தோம் இந்த நாட்டில்
என்றுமவர் இப்பதவி ஏற்றி ருப்பார்!"
எனமன்னர் இயம்பியதும் மக்க ளெல்லாம்
"நன்று, நன்று!" எனத்துயரம் மறந்து சொன்னார்.
நற்கனவு பலித்ததுபோல் சுலைகா கொண்டாள்!
சென்றனவே பலதிங்கள், யூசுப் நாளும்
திரட்டினரே தானியங்கள் களஞ்சி யத்தே!

கடமையும் காதலும்

இயல்-43

அருகினில் நெருங்கும் பஞ்சம்
 அகற்றிடத் தானி யங்கள்
பெருக்கிடும் வழியை ஆய்ந்து
 பெருந்தகை யூசுப் நிற்க
உருகிடும் விழியி னோடு
 உணர்ச்சியின் வடிவ மாகக்
கருகிடும் மலராய், கண்டோர்
 கலங்கிடச் சுலைகா வந்தாள்!

பன்னெடு நாட்க ளாகப்
 பார்த்திடா சுலைகா இன்று
தன்னிடம் வருதல் கண்டு
 தயக்கமில் லாது யூசுப்
"என்னிடம் எதுவும் பேச
 எண்ணிடில் எனைய ழைத்தால்
நின்னிடம் வருவேன் யானே
 நேரிலேன் வந்தீர்?" என்றார்!

"உங்களின் ஏவ லாற்ற
 உயிரினைச் சுமக்கு மென்னைத்
தங்களை ஏவச் சொன்னால்
 தரணியே நகைத்தி டாதோ?
திங்களைச் சூழ்ந்த மங்குல்
 திரையினை விலக்க வேண்டி
உங்களை அடைந்தேன்!" என்றாள்.
 உள்ளமே தவித்தார் யூசுப்!

"என்றனுக் கியலா ஒன்றை
 ஈந்திட வேண்டு வீரேல்
நன்றென வழங்கப் போமோ;
 நடுநிலை நின்று ஆய்வீர்!"
என்றிடும் யூசுப் நோக்கி
 "இரக்கமே அன்றி வேறு
ஒன்றையும் உம்மி டத்தே
 உவந்திட வில்லை!" என்றாள்.

"இச்சைக்கு அடிமை யாகி
 ஏங்கிடும் இதயத் துன்பம்
நிச்சயம் உணரு கின்றேன்.
 நேர்மைக்கும் அஞ்சு கின்றேன்!
இச்சையை அடக்கி யாண்டால்
 இன்னலும் இழிவும் நீங்கும்
எச்சரிக் கின்ற தேபோல்
 எண்ணமே மாற்று!" என்றார்.

"அன்பினுக் காக ஏங்கி
 அழிவுறும் பெண்ணுக் குங்கள்
அன்பதைத் தந்தீர் என்றால்
 அழியுமோ நேர்மை?" என்றாள்.
"பண்பினை அன்புக் காகப்
 பலியிடல் பாப மாகும்.
என்பதை யுணர்வாய்!" என்று
 யூசுபு இயம்ப லானார்.

"அன்பினை வெற்றி கொள்ள
 அறிவினுக் காகா தென்றல்
பண்பினுக் கியலு மாமோ,
 பாசமும் பாப மாமோ?
முன்பெனைப் பிறர்ம னைவி
 என்பதாய் வெறுத்த நீங்கள்
இன்றெனை மறுப்ப தேனோ
 இயம்புவீர்!" என்று கேட்டாள்.

"அந்நியர் மனைவி யாக
    அன்றுநீ ரிருந்த தேபோல்
இன்றுமென் மனைவி யாக
    இல்லையே உரிமை யற்ற
என்னிடம் உறவு கொள்ள
    எண்ணுதல் பாச மன்று.
பெண்ணிடம் நாண மற்றால்
    பெரும்பிழை நேரும்!" என்றார்.

"அன்பினில் விளைந்த ஆசை
    அறியுமோ வெட்கம்?" என்றாள்.
"பண்பினில் வளர்ந்த நெஞ்சம்
    பலியிட விரும்பா" தென்றார்!
"கன்மனம் கொண்ட ஆண்கள்
    காதலை மதியார்!" என்றாள்;
"பெண்மனம் சபல முற்றால்
    பேயென மாறும்" என்றார்.

"உண்மையாய் அன்பு செய்யும்
    ஒருத்தியின் உள்ளம் ஏங்க
எண்ணுவோர் ஆண்மை யற்றோர்
    என்பதை அறிந்தேன்!" என்றாள்.
"பெண்ணுடல் பெற்று விட்டால்
    பெண்களாய் ஆக மாட்டார்;
பெண்மையை இழந்து விட்டோர்
    பேசிடும் பதுமை!" என்றார்.

"ஆணுடல் பெற்றோ ரெல்லாம்
    ஆடவர் ஆவ துண்டோ?
ஆண்மையும் நெஞ்சில் வேண்டும்!
    அன்புசெய் ஆவல் வேண்டும்!
மேன்மையும் அழகும் பெற்றும்
    வீணிலே அழிக்கும் யாரும்
ஆண்மையை அடைந்தோ ரல்லர்.
    அதிசயப் பிறவி!" என்றாள்.

"அறிவழிக்கும் ஆத்திரமேன் அடைகின்றாய்?"
    எனயூசுப் அன்பாய்க் கேட்க
"பரிவழிக்கும் பாத்திரமாய் நடிக்காதீர்!"
    எனச்சுலைகா பணிந்து சொன்னாள்.
"முறுவலிக்கும் இச்சையினை முறியடித்து
    வாழ்ந்திடவே முனைவாய்!" என்றார்.
"உருகவைக்கும் நல்லழகை உமக்களித்த
    இறைவனுக்கு உரைப்பீர்!" என்றாள்.

"கண்கவரும் வெளியழகில் காதலுறும்
    பேதமையைக் களைவாய்" என்றார்.
"விண்ணழகும் மண்ணழகும் நின்னழகும்
    என்னழகும் வீணோ?" என்றாள்.
"வண்ணஎழில் காண்பதற்கே அல்லாமல்
    உண்பதற்கு வாய்க்கா" தென்றார்
"உன்னெழிலை அருகிருந்து காணுகின்ற
    உரிமைதர ஒப்பும்!" என்றாள்.

"என்னுறுதி குலைத்திடவே உனையருகில்
    அனுமதியேன்!" என்றார் யூசுப்.
"பெண்ணுறுதி சிதைத்திடவே கனவில்வரல்
    பிழையலவோ!" சுலைகா கேட்டாள்!
"தன்னுறுதி மாற்றுகின்ற கண்களினைப்
    பெயர்த்தெறிதல் சரியாம்!" என்றார்
"என்னிரண்டு கண்களையும் பெயர்த்தாலும்
    என்னிதயம் இருப்பீர்!" என்றாள்.

"ஏதுரைத்த போதினிலும் வாதிடுவோர்
    ஏற்காரென் றின்று ணர்ந்தேன்;
தீதுறைந்த சிந்தையிலே ஓதுகின்ற
    நீதிகளும் சிதையக் கண்டேன்!
வாதுசெயும் மாதரசே, அதிவிரைவாய்
    என்நினைவு மறப்பீர்!" என்றார்.
காதடைத்துக் கண்கலங்கி நின்றஅவள்
    அவரடியில் கதறி வீழ்ந்தாள்!

செய்திடுதல் அறியாது நின்றிருந்த
    யூசுபு சிலையாய்க் கண்ணீர்
பெய்தபடி அசைவற்ற நிலையானார்.
    அந்நேரம் பெருமூச் சொன்றை
எய்தபடிப் பேரரசர் ஆங்குவந்து
    கைபிடித்து "யூசுப்!" என்றார்.
மெய்யுணர்வு பெற்றவராய் யூசுபு
    விழிதுடைத்து வருந்த லானார்!

"உண்மைநிலை யானறிவேன், உங்களது
    மனத்தூய்மை உணரும் வண்ணம்
அண்மையினில் திரைமறைவில் நின்றிருந்து
    அத்தனையும் அறிந்தேன். யாரும்
உண்மையினி லுங்களைப்போற் பெண்மையினை
    வெற்றிகொள்ளும் உறுதி கொள்ளார்!"
என்றரசர் கூறிடவே நின்றிருந்த
    யூசுபு இயம்ப லானார்.

"என்னுடைய தந்தையரின் சோதரியாள்
    எனைவளர்த்து இன்ப முற்று
அன்புகொண்ட காரணத்தால் கள்வனென
    அறிவித்து அடிமை கொண்டாள்!
என்னுடைய தந்தையர்தம் மெய்யன்பால்
    சோதரர்க்கும் எதிரி யாகி
இன்னலுற்று இங்குவந்தும் சுலைகாவின்
    பேரன்பால் இழிவுற் றேனே!

கறைபெற்ற வாழ்வுபெறக் கருதாமல்
    சுலைகாவின் கண்ப டாமல்
சிறைபட்டு வாழ்ந்தஎனை முறைகெட்ட
    தீயவனாய்ச் செப்பக் கேட்டுத்
திரையிட்ட என்தூய்மை மெய்ப்பிக்க
    விடுதலையைத் தேடிப் பெற்றுக்
குறைபட்ட சுலைகாவின் முறையீட்டுக்
    குள்ளானேன் கோவே!" என்றார்.

“மற்றவரின் மனைவியரைப் பெற்றெடுத்த
மாதாவாய் மதிக்கும் உள்ளம்
பெற்றதனால் பேரழகி சுலைகாவின்
பிடியில்விழாப் பேறு பெற்றேன்!
கற்றதனால் வெற்றிபெற இயலாத
உடலுணர்வைக் கடவுள் அச்சம்
பற்றியதால் முற்றுமதை வெற்றிபெற
இயன்றதெனப் பகர்வேன் மன்னா!”

“நிலையற்ற உலகினிலே நிலைபெற்று
வாழ்ந்திடவே நினைத்தல் போன்று
நிலையற்ற அழகினிலே மயக்குற்று
நேர்மையினை நீக்கி டாமல்
விலைமிக்க வாய்மைதனைத் தலைதந்தும்
காத்திடவே விருப்ப முற்றேன்;
அலைமிக்க நெஞ்சினுக்கு அணைகட்டி
நெறிகாத்தேன் அரசே!” என்றார்.

மன்னர் வேண்டுதல்

சத்தியமே தவறாத தன்னமைச்சர்
யூசுபின் தகைசேர் வார்த்தை
அத்தனையும் செவியேற்ற பேரரசர்
வியப்புற்று அருகில் சென்று
“இத்தனைக்கும் தளராது எண்ணத்தைச்
சிதைக்காத இதயம் பெற்ற
உத்தமரே யானொன்று உரைத்திடுவேன்
சுலைகாவை உவப்பீர்;” என்றார்.

“மனமற்ற ஆண்பெண்கள் மணம்பெற்றால்
பிணம்போன்று வாழ நேரும்;
மனமற்ற கன்னியரில் மனமொத்த
விதவையரே மேன்மை யாகும்!
மனமொப்பும் காதலரின் மணம்தந்த
இல்லறமே மணக்க லாகும்.
குணமிக்க என்னமைச்ச! சுலைகாவை
மணம்செய்து கொள்வீர்!” என்றார்.

சுாலைகாவின் நாணம்

இருமனமும் ஒருமனமாய் இணைப்புற்ற
திருமணத்தின் ஏற்றம் சாற்றிப்
பெருமனமாய்த் தனக்குதவும் பேரரசர்
வார்த்தையினைப் பெரிதும் போற்றி
நறுமணமே நுகர்ந்தவளாய்ச் சுலைகாவே
மனமகிழ்ந்து நாணி நின்றாள்.
"திருமணமே இன்றைக்கு செய்திடுவோம்!"
எனமன்னர் திரும்பச் சொன்னார்.

மண்ணாளும் வேந்தர்மொழி எந்நாளும்
போலன்றி மதித்து யூசுப்
முந்நாளில் காண்பவரின் கண்ணாளும்
எழிலரசி முகத்தைப் பார்த்தார்!
இந்நாளில் தன்னினைவால் உருக்குலைந்த
சுலைகாவின் இதயம் ஆள
விண்ணாளும் நாயகனும் ஒப்புகிறாள்,
எனத்தேர்ந்து விருப்பம் கொண்டார்!

யூசுப்-சுலைகா திருமணம்

"இறைநியதி எப்படியோ அப்படியே
சுலைகாவை ஏற்பே" னென்று
மறைபுகழும் யூசுபு மனமொப்பிக்
கூறியதை மன்னர் கேட்டுத்
"தரைபுகழும் காதலராய்ச் சான்றாகும்
தம்பதியாய்த் தகைமிக் கோராய்
நிறைபுகழைப் பெற்றிடுவீர்!" எனக்கூறித்
திருமணமும் நிகழ்த்தி னாரே!

வையகத்து மாந்தருடன் வானகத்து
விண்ணவரும் வாழ்த்துக் கூற,
மெய்யகத்து ஆசியுடன் யூசுபினைக்
கைபிடித்து மேன்மை பெற்று
உய்வடைந்த சுலைகாவின் உயர்வுமிகு
வாழ்வினுக்கு உவமை கூறத்
தெய்வமொழிக் கல்லாது சிறுவன்மொழிக்
கியலாது செகத்துள் ளோரே!

முற்றிற்று.

பின்னுரை

இந்த "யூசுப்-சுலைகா', ரோமியோ-ஜுலியட், லைலா-மஜ்னு போன்ற கற்பனைக் காவியமல்ல; உண்மை வரலாற்றின் உணர்வுமிக்கக் காவியமாகும். இந்த இரு காதலர்களின் வரலாற்றுக்கு பைபிளும், குர்ஆனுமே சாட்சியம் கூறுகின்றன. காதல் வயப்பட்ட சுலைகாவின் உணர்வும், கடமைக்குக் கட்டுப்பட்ட யூசுபின் உணர்வும் வெவ்வேறானவை. இன்ப உணர்வுக்காகவோ, அன்பின் முதிர்ச்சிக்காகவோ பண்பைப் பலியிடாது பாதுகாக்கிறார் யூசுப். தாம் கொண்ட காதலுக் காகத் தம் தகுதியை, பெருமையை, பெண்மையின் மென்மையைக்கூடப் பலியிட்டு விடுகிறார் சுலைகா.

ஹஜ்ரத் யூசுப் (அலை) அவர்களையும், பீபி சுலைகா அவர்களையும் உலகில் என்றென்றும் நிலைக்கச் செய்ய, கிறிஸ்துவர்களின் பைபிளும், இஸ்லாத்தின் திருகுர்ஆனும் அவர்களது வரலாற்றுக்கு மூலமாக அமைந்திருக்கின்றன. இதன்மூலம் அவர்களிருவரும், சிறப்புக்குரிய செழுங்குணத் தம்பதிகளாகின்றனர்.

இக்காவியத்தின் நாயகி, நாயகராயுள்ள அவர்களைப் பற்றிக் குறிப்பிடப்படும் வார்த்தைகளெல்லாம், காவிய முறைக்காகவும், கவிதைச் சுவைக்காகவுமன்றி அவர்கள் இருவரின் தகுதியையும் உணராமலல்ல என்பதை வாசகர்களுக்கு நினைவுபடுத்துவது என் கடமையாகும்.

கற்பனைக் கதையைக் காவியமாக்குவதெனில், கவிதை நயத்திற்காகவும், காவியச் சுவைக்காகவும் தேவையான சம்பவங்களைப் பின்னிச் சாதாரணமாக எழுதிவிடலாம். வரலாற்றைக் காவியமாக்கும்போது இப்படிச் செய்ய முடியாது.

சம்பவங்களை அப்படி அப்படியே வைத்து, பாத்திரங்களின் உரையாடல்களை மட்டும் சம்பவத்திற்கேற்ப அமைத்து ஆக்கவேண்டியதிருக்கிறது. இம்முறையிலேயே காவியச்சுவை குன்றாமலும், கவிதை நயம் குறையாமலும் இதை ஆக்குவதற்கு முயற்சி செய்திருக்கிறேன். என் முயற்சி வெற்றி பெற்றதா இல்லையா என்பதைக் காலமும், இக்காவியத்தை ஏற்றுக் கொள்ளும் தமிழுமே தீர்மானிக்க வேண்டும். இருப்பினும் என் முயற்சியும் உழைப்பும் பயனுடையவை என்பது என் நம்பிக்கை. இதைக் கண்ணுறும் நீங்களும் என் கருத்தை ஏற்றுக்கொண்டால் நான் பெரும் பேறு பெற்றவனாவேன்.

இந்த இருவரின் வரலாற்றுக்குப் பிரதான ஆதாரமாக உள்ள பைபிளும் குர்ஆனும் சில தகவல்களைத் தருகின்றன வேயன்றி, அவர்களின் முழு வரலாற்றையும் விளக்கவில்லை. அதிலும் பைபிள் இதனைச் சாதாரணக் கதையே போன்று சொல்லுகிறது; குர்ஆனோ இது மிகவும் அழகான வரலாறு என்றும், இதில் மனிதர்களுக்கு அதிகப் படிப்பினை இருக்கிறதென்றும் ஆறுகிறது.

ஹஜரத் யூசுப்(அலை) அவர்களைப் பற்றி நன்கு விளக்கமாகக் கூறும் குர்ஆன், பீபி சுலைகா அவர்களின் பிறப்பு வளர்ப்புப் பற்றியோ, அவர்கள் கண்ட மூன்று கனவுகளைப் பற்றியோ ஏதுமே கூறவில்லை. தனது நபி யூசுப் (அலை) அவர்களின் செயல்களை மட்டுமே இறைவன் தன் திருமறையில் குறிப்பிடுகிறான். இதனாலேயே குர்ஆனில் இந்த வரலாற்றை விளக்கும் 12-ஆவது அத்தியாயத்திற்கு யூசுப் என்றே தலைப்பிடப்பட்டிருக்கிறது.

யூசுப்(அலை) அவர்களுக்கும், பீபி சுலைகா அவர்களுக்கும் நடந்த திருமண வரலாறறை குர்ஆன் வியாக்கியானக் கர்த்தாக் களிடமிருந்தும், வரலாறுகளை ஆராயும் நிபுணர்களிட மிருந்துமே நாம் அறியமுடிகிறது. இவற்றைக் கொண்டே இக்காவியம் பூர்த்தியாக்கப்பட்டிருக்கிறதென்பதையும், பெரும்பாலான ஆதாரமுடைய சம்பவங்கள் மட்டுமே இதில் சேர்க்கப்பட்டிருக்கின்றன என்பதையும் தெரிவித்துக் கொள்கிறேன்.

வரலாற்றுக் காவியங்கள் எழுதுவதில் மிகப் பெரிய மேதையான மகா கவி பிர்தௌஸி (ரஹ்) அவர்களும், கற்பனை நயமிகு காவியங்கள் படைப்பதில் பெரும் புகழ் படைத்த மௌலானா ஜாமி (ரஹ்) அவர்களும், பாரசீக மொழியில் யூசுப்-சுலைகா சரிதையை எழுதியுள்ளனர். உருது, ஆங்கிலம், பிரெஞ்சு போன்ற மொழிகளில் அவை மொழிபெயர்க்கப்பட்டுப் பெரிதும் பாராட்டப்பட்டிருக்கின்றன.

இத்துணைச் சிறப்புடைய சரித்திர காவியம் இதுவரை நானறிந்தவரையில் தமிழில் வெளிவந்ததில்லை. இக்குறையை நிவர்த்திக்கும் இந்த முதல் காவியத்தில் பல புதிய தகவல்களையும், சில நன்கு பிரசித்தமான சம்பவங்களையும் காணலாம். அனைத்தும் முழுக்க முழுக்க யூசுப்-சுலைகா வரலாற்றிலுள்ளனவேயாகும். இதில் எதுவும் என் சொந்தக் கற்பனையைக் கொண்டோ, பிற கதைகள்-வரலாறுகளிலிருந்து இரவல் வாங்கியோ எழுதப்படவில்லை.

ஆனால் இதில் கையாண்டுள்ள பாத்திர வர்ணனைகளும் அவர்களுக்கிடையே நடைபெறும் உரையாடல்களும் நானே எழுதியவையாகும். காவியச்சுவை குன்றாமலும், கவிதை நயம் கெடாமலும், பாத்திரங்களின் சம்பவங்களையும் பண்பாட்டையும் முன்வைத்துச் சம்பவங்களைச் சித்திரித்துக் கதாநாயகி நாயகரை உரையாடச் செய்திருக்கிறேன்.

சுலைகாவின் முதல் கணவராகிய அஜீஸ் என்பவரை எகிப்தின் அரசரென்று அநேகர் நம்பிவருகின்றனர். குர்ஆனில் அவரை 'மிஸிரின் அதிபதி' என்று குறிப்பிடுவதைக் கொண்டு, நம்மில் அநேகர் இப்படிக் கருதிவிட்டனர். ஆனால் குர்ஆன் விரிவுரையாளர்களின் தகவல்களிலிருந்து அஜீஸ் எகிப்தின் அமைச்சரே என்பதையும், அக்கால எகிப்தின் அரசர் பெயர் ரெயான் பின் வலீத் என்றும் நாம் அறிந்துகொள்கிறோம்.

தப்ஸீர் ஹுஸைனி என்னும் குர்ஆன் விரிவுரையில் கூறப்படுவதைக் கவனிப்போமாயின்,

"மிஸ்ர் தேச மன்னரான ரெயான் பின் வலீத் கேட்டுக் கொண்டதன்பேரில் அப்போது விதவையா யிருந்த சுலைகாவை

ஹஜ்ரத் யூசுப்(அலை) மணந்துகொண்டார்கள். அரசரே இத்திருமணத்தைச் சிறப்புற நடத்திவைத்தார்" என்றறிய வருகிறோம்.

இதுபற்றி அல்லாமா ஜலாலுத்தீன் சுயூத்தி அவர்கள் எழுதிய தப்ஸீர் ஜலாலைன் என்ற விரிவுரை நூலில், 'எகிப்து மன்னரின் கவனத்தில் ஹஜ்ரத் யூசுப் (அலை) முக்கிய இடம் பெற்றிருந்தார்கள். நமது நாட்டில் யூசுப்(அலை) அவர்களுக்கு உயர்ந்த பதவியையும் அதிகமான அதிகாரத்தையும் அவர் வழங்கினார். அஜீஸ் என்னும் மந்திரி பதவியிலிருந்து விலக்கப்பட்டபின் (இத்தகவல் முந்திய தப்ஸீரில் இல்லை) மரணமுற்றுவிட்டார். அவர் மனைவியான சுலைகாவை அதன்பிறகு யூசுப்(அலை) அவர்களுக்கு முன்னரே மணம் செய்துவைத்தார். அவர்களிருவருக்கும் இரு குழந்தைகள் பிறந்தன" என்று குறிப்பிடப்படுகிறது.

குர்ஆனின் இந்த இரு விரிவுரைகளிலும் அமைச்சரஜீஸ் பதவியிலிருந்து விலக்கப்பட்டு மரணமுற்றாரா, அல்லது பதவியிலிருக்கும்போதே மரண முற்றாரா என்பதில் குழப்பம் ஏற்பட்டாலும், சுலைகா விதவையான பிறகே யூசுப்(அலை) அவர்கள் மணந்துகொண்டார்கள் என்பது தெளிவாகிறது. இதன் காரணமாக அமைச்சர் அஜீஸ் பதவியிலிருந்து விலக்கப்பட்டு மரணமுற்றார் என்றோ, பதவியிலிருக்கும்போதே மரணமுற்றார் என்றோ இக்காவியத்தில் திட்டமாகக் குறிப்பிடாமல், அமைச்சர் பொறுப்பை நிர்வகிக்க இயலாமல் ஓய்வு பெற்றிருக்கும்போது மரணமுற்றார் என்றே இதில் குறிப்பிட்டிருக்கிறேன்.

யூசுப்...சுலைகா இருவருக்கும் பிறந்த குழந்தைகள் இரண்டா, மூன்றா என்பதில் குர்ஆன் விரிவுரையாளரிடையே கருத்து வேறுபாடு இருக்கிறது. 'தப்ஸீர் ஹுஸைனி' யும், தப்ஸீர் ஜலாலைனும் இரு குழந்தைகளென்று கூறுகின்றன. 'மஆலிமுத்தன்ஸீல்' என்ற கிரந்தத்திலும் 'ருஹுல் மஹானி' என்ற குர்ஆன் விரிவுரையிலும் மூன்று குழந்தைகளென்று குறிப்பிடப்படுகிறது. 'யூசுப் சுலைகா' காவியம் அவர்களின் திருமணத்துடன் முடிவுறுவதால் இதுபற்றி ஏதும் குறிப்பிட வேண்டிய அவசியமில்லாமலாகி விட்டது.

இவ்வாறே எகிப்தில் பஞ்சம் பீடிக்க ஆரம்பித்ததும் அதை 'யூசுப்(அலை) வெற்றிகரமாகச் சமாளித்ததும், இப்பஞ்ச காலத்தில் தானியம் பெறுவதற்காக கன்னான் தேசத்திலிருந்து வந்தவர்களில் தம் சகோதரர்களைச் சந்தித்ததும் அவர்களின் இளைய சகோதரர் புன்யாமீனைத் தம்மிடம் இருத்திக் கொண்டதன் மூலம் தம் தந்தை யாக்கூப்(அலை) அவர்களையும் ஏனைய சகோதரர்களையும் எகிப்துக்கு வரும்படிச் செய்து பிரிந்தவர்கள் ஒன்றுகூடியதும் திருமணத்திற்குப் பிந்திய சம்பவங்களானதால் இவை பற்றி எதுவும் இக்காவியத்தில் குறிப்பிடவில்லை. நல்லதொரு காவியத்திற்கேற்ற முக்கியப் பகுதிகளெல்லாம் திருமணத்தோடு முடிவுறுவதால் இக் காவியத்தையும் இத்துடன் முடித்திருக்கிறேன். என் பணியில் என்னையுமறியாது ஏதேனும் தவறுகள் நேர்ந்திருக்குமாயின் என்னை மன்னித்து இக்காவியத்தை மனமுவந்து ஏற்றுக்கொள்வீர்களென்று பெரிதும் நம்புகின்றேன்.

களங்கமற்ற அன்புக்கும், தூய்மையான காதலுக்கும் இலக்கணமாகத் திகழும் இக்காவியம், வெறுமனே படித்துப் பரவசமடைவதற்கு மட்டும் உரியதல்ல; படிப்பினை பல பெறுவதற்கும் உரியதாகும். இச்சரிதை "மிகவும் அழகான சரிதை" என்று தன் திருமறையில் கூறும் இறைவன், இதில் அநேக படிப்பினைகளிருக்கின்றன என்று சுட்டிக் காட்டுகின்றான். இதில் அழகு காணும் நண்பர்கள், இது தரும் படிப்பினைகளைப் பெற்றுக்கொள்ளவும் தவறக்கூடாதெனத் தெரிவித்துக் கொள்கிறேன்.

அன்பு என்பது மனித வாழ்க்கையின் ஜீவநாடியாகக் கருதப்படுவது உண்மைதான், ஆனால் அந்த அன்பு அளவோ டிருக்காமல் அதிகமாயின் அதுவே பெருந் துன்பங்களின் பிறப்பிடமாகி விடுமென்பதையும், பண்பாடு சிதைவதோடு மட்டுமின்றி பெற்ற பிள்ளைகளிடையேயும் பாரபட்சம் காட்டும்படி நேரிடுமென்பதையும், இதனால் சகோதரர்களி டையே பொறாமைத் தீ புகுந்து பகைமைப் புகைச்சலைத் தோற்றுவிக்கலாமென்பதையும். தாம் அன்பு கொண்ட ஒருவர், தம் விருப்பத்திற்கு இணங்காவிடில் அவரைச் சிறையில் தள்ளிப்

பழிக்குப் பழி வாங்க வேண்டிய அளவிற்கு அந்த அன்பு பகைமையாக மாறிவிடுமென்பதையும் இக்காவியத்தின்மூலம் அறியலாம். இக்காவியம் கற்றுத்தரும் பல படிப்பினைகளில் இது சிறப்பான படிப்பினை என்பது என் கருத்து. இக்காவிய நாயகரான ஹஜ்ரத் யூசுப்(அலை) அவர்கள் வாயிலாக ('கடமையும் காதலும்' என்ற இயலில்) சுட்டிக்காட்டும் படிப்பினைப் பாடலை இங்கே நினைவூட்டுகிறேன்.

"என்னுடைய தந்தையரின் சோதரியாள்
எனைவளர்த்து இன்ப முற்று

அன்புகொண்ட காரணத்தால் கள்வனென
அறிவித்து அடிமை கொண்டாள்!

என்னுடைய தந்தையர்தம் மெய்யன்பால்
சோதரர்க்கும் எதிரி யாகி

இன்னலுற்று இங்குவந்தும் சுலைகாவின்
பேரன்பால் இழிவுற் றேனே?"

இப்பாடலின் மெய்ப்பொருளை நாமே அனுபவித்து அனுபவித்து அறியவேண்டிய அவசியமின்றி. யூசுப்-சுலைகாவின் அனுபவங்களே நமக்குக் கற்றுத் தந்துவிடுகின்றன. மீண்டும் ஒருமுறை இக்காவியத்தைப் படித்தால் இன்னும் பல்வேறு படிப்பினைகளையும் நீங்கள் பெற்றுக் கொள்ளக் கூடுமென்பது என் நம்பிக்கையாகும்.

இக்காவியம் மனிதர்களுக்கிடையே நடக்கும் காதற் காவியம் மட்டுமல்ல; இறைவனுக்கும் அவனது பக்தனுக்கு மிடையேயுள்ள பேரன்பை வெளிப்படுத்தும் ஞானக் காவியமுமாகும். இரண்டாம் முறையாகப் படிப்போர் இதை மனத்தில் வைத்துப் படிப்பின் இந்த உண்மையை நன்கு உணரலாம்.

— **சாரண பாஸ்கரனார்**

○○○